உள்ளம் குளிர்ந்தது

(சொற்பொழிவுகள்)

கி. வா. ஜகந்நாதன்

Title: Ullam Kulirnthathu

Author: Ki. Va. Jagannathan

Language: Tamil

First Published on: 1963

Year of Publication: 2025

Book Format: Paperback

*Page Size: 6inch * 9inch*

Category: Religious

Subject: Religious Essays

No. of pages: 134

ISBN: 978-81-998258-4-0

Published by: Nilan Publishers, Madurai, Tamilnadu, India

பொருளடக்கம்

குறிப்புகளுக்காக

முன்னுரை

கருணைக் கடலாகிய முருகப்பெருமான் திருவருளால் இந்தப் புத்தகத்தோடு கந்தர் அலங்கார விரிவுரைகள் நிறைவு பெறுகின்றன. அலங்காரம் என்ற பெயரோடு முதல் புத்தகம் மலர்ந்தது; உள்ளம் குளிர்ந்தது என்ற பத்தொன்பதாம் புத்தகமாகிய இதனோடு விரிவுரை முடிகிறது. இனி இருபதாவது புத்தகத்தில் கந்தரலங்காரம் முழுவதையும் ஒருங்கே பார்த்துத் தோன்றும் கருத்துக்களையும், அருணகிரியாருடைய சொல்லமைப்பிலும் பொருளமைப்பிலும் உள்ள சிறப்புக்களையும், அவர் சுவையாகக் கருத்தைச் சொல்லும் முறைகளையும், பிறவற்றையும் எழுதலாம் என்று எண்ணியிருக்கிறேன். ஒருவகையில் அந்தப் புத்தகம் முழுவதும் கந்தர் அலங்காரத்தின் ஆராய்ச்சியாக அமைய வேண்டும் என்பது எளியேன் ஆசை. முருகன் திருவருள் நன்கு நிறைவேற்றுமென்று நம்புகிறேன்.

இந்தப் புத்தகத்தை வெளியிடுவதற்குமுன் நிகழ்ந்த துயர் நிகழ்ச்சி ஒன்றைச் சொல்லாமல் இருக்க முடியவில்லை. 17-ஆம் மலராகிய 'இரு விலங்கு' என்பதன் முகவுரையில், சிறந்த அநுபூதி மானாகிய ஸ்ரீ வடகுமரை அப்பண்ண சுவாமிகளைப் பற்றி எழுதியிருந்தேன். அவர்கள் மிக்க ஆர்வத்தோடு இந்த விரிவுரைகளைப் படித்து இன்புற்று ஆசி கூறுவார்கள்; வாயார வாழ்த்துவார்கள். ஆகவே இந்த வரிசை நிறைவேறுவது கண்டு மிகவும் ஆனந்தம் அடைவார்கள் என்று நம்பியிருந்தேன். ஆனால் இறைவன் திருவுள்ளம் வேறாக இருக்கிறது. அவர்கள் சென்ற 1962-ஆம் ஆண்டு செப்டம்பர் மாதம் 28-ஆம் தேதி இறைவனோடு இரண்டறக் கலந்தார்கள்.

நல்ல பாட்டு, நல்ல உரை, நல்ல பண்டம் ஆகியவற்றில் அவர்களுக்கு ஈடுபாடு அதிகம். எல்லோரிடமும் எளிமையாகப் பழகும் அவர்களிடம் குழந்தைத் தன்மை

மலர்ந்திருக்கிறது. எத்தனை சமயங்களில் வஞ்சகமின்றி, "இந்த விளக்கம் அருமை யாக இருக்கிறது," "இந்த உவமை அற்புதமாக இருக்கிறது,"

"இந்த நுட்பத்தை மிகவும் தெளிவாக விளக்கியிருக் கிறீர்கள்" என்று பாராட்டிப் பேசுவார்கள்! எழுதுவார்கள்! அருளநுபவத்தில் கனிந்த அவர்கள் அருள்மயமாக விளங்கினார்கள். சோதியை உள்ளே வைத்து வழிபட்ட அவர்கள், "ஓங்காரத்து உள் ஒளிக் குள்ளே முருகன் உருவங்கண்டு தூங்கார்" என்பதைக் கேட்டால் போதும்; தம்மை மறந்து அமர்ந்துவிடுவார்கள். சிலசமயம் அலங்காரப் பாடல்களைக் கேட்டு ஆனந்தக் கண்ணீர் சொரிவார்கள். திடீரென்று எதையோ கண்டவர்கள் போல வாய்விட்டு ஹஹ்ஹஹ்ஹா என்று சிரிப்பார்கள். அந்த மாதிரிச் சிரிப்பை எங்கும் கேட்க முடியாது. அவர்கள் உள்ளத்தில் படர்ந்த ஒளி அவர்களுடைய கண் வழியே சுடர்விடும். அந்தக் கண்களைக் கண்டு அடிமையானவர் பலர். கவிமணி தேசிக விநாயகம் பிள்ளையவர்கள் அவர்களுடைய குழந்தைத் தன்மையைக் கண்டு சில கீர்த்தனங்களைப் பாடித் தந்திருக்கிறார். கவியுள்ளம் அறிந்து இன்புறும் ஆற்றல் அவர்களிடம் பொருந்தியிருந்தது. வண்டின் ரீங்காரம், குயிலின் இன்னிசை, பறவைகளின் ஒலி இவற்றைக் கூர்ந்து கவனித்து இன்புறுவார்கள். அழகிய மலரும் அழகிய வானமும் அவர்களுடைய உள்ளத்தைக் கொள்ளை கொள்ளும். அவற்றிலே இறையொளியைக் கண்டு கூத்தாடுவார்கள்.

அவர்கள் திவ்யப் பிரபந்தப் பாடல்களை இசையுடன் சொல்லிக் கேட்டவர்களும், அபிராமி அந்தாதியை உரத்த குரலோடு உலகன்னையிடம் முறையிடுவதைப் போலவே எண்ணிப் பாடுவதைக் கேட்டவர்களும் அந்தக் குரலில் இழைந்த உணர்ச்சியை உணர்ந்து தாமும் அந்த உணர்ச்சியிலே கரைவார்கள். அந்த உணர்ச்சியை ரசிகருடைய உணர்ச்சியென்று சொல்வதா? அழகுணர்ச்சி என்பதா? அருளுணர்ச்சி என்பதா?

ஒன்றை நல்லதென்று எண்ணினால் அதை வாயாரப் பாராட்டும் வள்ளலாக அவர்கள் விளங்கினார்கள். நல்லதை நல்ல தென்று சொல்லத் தயங்கும் லோபத் தன்மை அவர்களிடம் அணு வளவும் இல்லை. நல்ல பாட்டைக் கண்டால் அதைச் சுவைத்துச் சுவைத்துத் தாம் சுவைத்த முறையைச் சொல்வார்கள்; கடிதத்தில் எழுதுவார்கள்.

இப்போது-?

இதுதான் உலகம்!

இந்தப் புத்தகத்தைக் காண அவர்கள் இல்லை. பாடல்களின் விளக்கவுரைகள் முடிந்ததற்காக வாழ்த்துக் கூற அவர்கள் இல்லை, ஆனாலும் எளியேனுடைய உள்ளத்தில் அவர்கள் இருக்கத்தான் இருக்கிறார்கள். இதோ அவர்கள் கண்ணொளி சுடர் வீசுகிறது. இதோ அவர்கள் சிரிப்பொலி கேட்கிறது. ஆம்! அவர்கள் ஆசி எப்போதும் என் உள்ளத்தை நிறைவாக்கி வைக்கும் என்பதில் ஐயம் இல்லை.

கந்தர் அலங்காரம் நூறு என்று வரையறை இருந்தாலும் ஏட்டுச் சுவடிகளில் அதிகமாக ஆறு பாடல்கள் கிடைத்தனவென்று இந்நூலை முதலில் அச்சிட்ட காலம் தொடங்கியே சொல்லி அவற்றையும் சேர்த்தே பதிப்பித்து வந்திருக்கிறார்கள். இந்த ஆறு பாடல்களின் சொற்பொருளமைதி, இவையும் அருணகிரியார் வாக்கு என்பதைப் புலப்படுத்துகின்றன. இவற்றின் விளக்கச் சொற்பொழிவுகள் இந்தப் புத்தகத்தில் உள்ளன. நூறு பாடல்கள் ஆனவுடன் காணப்படும் பயனுக்கு, இந்த ஆறு பாடல்களுக்குப் பின்னே விளக்கம் கூறியிருக்கிறேன். காப்பு, நூல், அதிகப் பாடல்கள், பயன் ஆகிய எல்லாம் சேர்ந்து ஓர் அழகிய கணக்காக அமைந்திருக்கின்றன. நூற்றெட்டுப் பாடல்களாக இருப்பது பாராயணம் செய்பவர்களுக்கு அஷ்டோத்தர சத நாமங்களை நினைவூட்டும் அல்லவா?

பயனைத் தவிர மற்ற ஆறு பாடல்களில் மூன்று முன்னிலைப் பரவலாகவும் மூன்று படர்க்கைப் பரவலாகவும் உள்ளன.

முருகன் திருவுருவம் உள்ளத்தில் குதி கொண்டதை ஒரு பாடலும் *(1)*, அத்தோற்றமே எந்த இடத்திலும் வெளியே தோற்றுவதை ஒரு பாடலும் *(3)* சொல்கின்றன.

"-அவ்விடத்தில்

"பச்சைமயில் வாகனமும் பன்னிரண்டு திண்தோளும்
அச்சம் அகற்றும் அயில்வேலும் - கச்சைத்
திருவரையும் சீறடியும் செங்கையும் ஈரா
றருள்விழியும் மாமுகங்கள் ஆறும் - விரிகிரணம்
சிந்தப் புனைந்த திருமுடிகள் ஓராறும்
எந்தத் திசையும் எதிர்தோன்ற"

என்று கந்தர் கலிவெண்பாவில் குமரகுருபரர் விண்ணப்பித்துக் கொள்கிறார். அருணகிரி நாதரோ, "எங்கே நினைப்பினும் அங்கே என் முன் வந்து எதிர் நிற்பனே" என்று அந்த அநுபவம் தமக்குக் கைவந்ததென்று சொல்கிறார். யமன் வந்தாலும் அஞ்சாமல் நிற்கும் உறுதிப்பாடு தமக்கு இருப்பதை ஒரு பாட்டில் சொல்கிறார் *(6)* அந்தப் பாடல் இறுதிப் பாடலாக அமைந்திருப்பது ஒரு வகையில் பொருத்தமாக இருக்கிறது. இப்படி மூன்று பாடல்கள் அருண கிரிநாதர் பெற்ற உயர்ந்த அநுபவத்தைப் பேசுகின்றன *(1, 3, 6)*. மற்ற மூன்று பாடல்கள் நமக்காகப் பாடியவை; நாம் இறை வனிடம் விண்ணப்பித்துக் கொள்ள வேண்டியவை. 'இராப்பகல் அற்ற இடம் காட்டி அருள வேண்டும்.' 'ஆவிக்கு மோசம் வரும் என்பதை உணர்ந்து நின் திருவடியைச் சேவிக்க வேண்டும்.' 'உள்ளத்துயரை ஒழித்தருள வேண்டும்' என்று அந்த மூன்று பாடல்களிலும் மூன்று வகை வேண்டுகோள்கள் இருக்கின்றன *(2, 4, 5)*.

முருகன் திருவடியில் தண்டையும் சிலம்பும் ஒளிர்கின்றன. குராமலரையும் அத் திருவடிகள் புனைந்திருக்கின்றன. அவை அருள் மயமாக உள்ளன. அவனுடைய தடம்புயங்கள் ஆறிரண் டிலும் கடம்பமாலை புரள்கின்றது. அந்தப் பன்னிரு தோள்களும் வரிசையாக இருபக்கங்களிலும் இருக்கின்றன.

அவனுடைய திருக்கை ஒன்று அபயத்தைக் காட்டுகிறது. ஒரு கை வேலைப் பற்றியிருக்கிறது. அந்த வேல் மலையை ஊடுருவப் பொருத வடிவேல்; பராக்ரமவேல்; சிவந்த நிறம் வாய்ந்த சினவடிவேல், அவனுடைய திருமுகங்கள் ஆறும் மணம் வீசுகின்றன. கண்கள் தாமரை மலரைப் போல விளங்குகின்றன.

முருகன் குருவடிவாய் வருகிறவன்; திருமால் மெச்சும் வீரம் உடையவன்; நிருதசங்கார பயங்கரன்; சேவல் கொடி உடையவன்; அமரசிகாமணி; வீரமுடைய சேவகன்; வள்ளிக்கு வாய்த்தவன்; மயிலேறிய மாணிக்கம்; சிவ குமாரன்; ஆறுமுகவன்; நம்பின வருக்கு மெய்த்துணையாக வருபவன்.

இந்தப் பாடல்களில் திருச்செங்கோடு, திருத்தணிகை, திருச்செந்தில் என்னும் மூன்று தலங்களைப் பற்றிய செய்திகள் வருகின்றன. பதுமமலர் வாசனையையும் முத்துக்களையும் சொரியும் காட்சியைத் திருச்செங்கோட்டில் வைத்துக் காட்டுகிறார். திருத்தணிமாமலையில் வாவித் தடவயல் சூழ்ந்திருப்பதைச் சொல்கிறார். திருச்செந்தூர்க் கடல் ஒரு கோடி முத்தம் தெள்ளிக் கொழிப்பதைப் பாடுகிறார்.

திருமால் கசேந்திரன் அழைக்க முதலையைக் கொன்று அதற்கு அருள் செய்தவராக நிற்கிறார். சிவ பெருமான் கடல் மீது எழுந்த ஆலம் குடித்த பெருமானாக விளங்குகிறார்.

பயபக்தி என்ற தொடருக்குப் பொருள் விளக்குவது போல அமைந்திருக்கிறது, "ஆவிக்கு மோசம் வருமா றறிந்துன் அருட்பதங்கள், சேவிக்க என்று நினைக்கின்றிலேன்" என்பது. "திருவடியும் தண்டையும்" என்று தொடங்கும் பாடல் முருகனை உள்ளக்கிழியில் உருவெழுதிப் பார்ப்பதற்கு ஏற்ற வகையில் அமைந்திருக்கிறது. நம் உள்ளத்துக்கு உறுதியை ஊட்டி அஞ்சா மையை ஒழிக்கும் மந்திரமாக விளங்குகிறது. "சூலம் பிடித்து'' என்று வரும் பாடல்.

வழக்கம் போல இந்தப் பாடல்களை வைத்துக்கொண்டு உரையாற்றும் போது சுருதி, யுக்தி, அநுபவம் என்ற மூன்றையும் பயன்படுத்திக் கொண்டிருக்கிறேன். பழைய அருளாளர்களின் திருவாக்குகள், பல நுட்பங்களை விளக்க ஒப்புமையாக வந்து உதவுகின்றன. உலகவாழ்வில் நாம் கண்ட அநுபவங்களிலிருந்து ஊகித்து யுக்தியினால் பல செய்திகளை உணர முடிகிறது. அத்தகைய இடங்களில் உவமைகளும் உதாரணங்களும் கருத்துக் களைத் தெரிந்துகொள்ள உதவியாக இருக்கின்றன. முருகனை நம்பி வாழும் எளியேன் வாழ்வில் பெற்ற சில அநுபவங்களை இடையிலே சொல்லிச் சில கருத்துக்களை விளக்க முயன்றிருக்கிறேன்.

இந்தப் பத்தொன்பது புத்தகங்களில் நூற்றெட்டுப் பாடல் களின் விரிவுரையும் நிறைவேற அருள் பாலித்த சண்முகநாதன் கருணையை என்னென்பது! அருணகிரியாருடைய அருள்வாக்குத் தொட்ட தொட்ட இடமெல்லாம் இனிப்பது. அவர் பாடிய பாடல்களின் ஆழம் முழுவதையும் காண முடியுமா? முழுவதும் கண்டால் சொல்லத்தான் முடியுமா?

"அவ்வாறறிவார் அறிகின் றதலால்
எவ்வா றொருவர்க் கிசைவிப் பதுவே"

என்று கரைந்து நிற்கத்தான் தோன்றும்.

இவற்றை உருவாக்கியதற்குத் துணையாக இருந்தவர் அன்பர் சிரஞ்சீவி அனந்தன்; புத்தகமாக்க உதவிர் அன்பர் ஸ்ரீ ரா.ஸ்ரீ. ஸ்ரீகண்டன் அவர்கள். இந்த இருவருடைய உதவியையும் எளியேன் பெற வைத்தது ஆண்டவன் அருள். அந்த அருள் வாழ்க!

கி.வா. ஜகந்நாதன்

01.11.1963

உள்ளம் குளிர்ந்தது

கந்தர் அலங்காரம் நூறு பாடல்களை உடையது என்று அதன் நூற்பயன் சொல்கிறது. ஆனாலும் மேலே ஆறு பாடல்கள் கந்தர் அலங்காரப் பிரதிகளில் சேர்ந்தே எழுதப்பட்டிருக்கின்றன. அந்தப் பாடல்களின் சொல்லமைப்பு, பொருள் அமைப்பு முதலியவற்றைப் பார்த்தால் அவைகளும் அருணகிரியாரின் திருவாக்கு என்று தோன்றுகிறது. கந்தர் அலங்காரத்தோடு சேர்த்து அந்தப் பாடல்களையும் பாராயணம் பண்ணுவது தமிழ் நாட்டில் வழக்கமாக இருக்கிறது. இதுவரையில் நாம் கந்தர் அலங்காரம் நூறு பாடல்களைப் பார்த்தோம். இனிமேல், பொங்கி வழிந்து ததும்பும் ஆறு பாடல்களையும் பார்த்துவிட்டு, பிறகு கடைசியில் உள்ள நூற்பயனைப் பார்க்கலாம் என்று நினைக்கிறேன்.

உண்முக தரிசனம்

இப்போது பார்க்கப் போகிற பாட்டு ஒரு வகையில் நமக்கு இடையறாது வழிகாட்டும் பாட்டு. இறைவனுடைய திருவருளில் ஈடுபடுகிற முயற்சி நம்மிடத்தில் இருக்க வேண்டும். எத்தனை தான் நாம் உடம்பினால் வணங்கி வாயினால் பேசினாலும், மனம் இறைவனுடைய வசம் ஆகாதவரையில் அநுபவம் என்பது துளியும் கிடைக்காது. கண் முதலிய இந்திரியங்களால் இறைவனுடைய திருத்தொண்டுகளில் ஈடுபடுவதன் பயன், நம் மனம் அவனோடு ஒன்றுபடுவதுதான். இறைவனை மனத்தில் நினைப்பதைத் தியானம் என்று சொல்வார்கள். உள்முகத்தில் தியானம் பண்ணப் பண்ண உள்ளொளி உண்டாகும். புறத்தில் லட்ச தீபம் போட்டுக் கண்டாலும் அதனால் அப்போதைக்கு

ஒரு கிளுகிளுப்பு உண்டாகுமேயன்றித் தனித்துக் கண் மூடிக் கண்டால் இருட்டுத் தான் உண்டாகும். கூட்டத்தில் கூடி நின்று இறைவனைக் காணும்போது, சிறிது கண்மூடி அவன் உருவத்தை உள்ளே காணப் பயில வேண்டும். அப்பால் உள்ளத்தில் அவன் அவன் உருவத்தைத் தனித்து இருந்து காணப் பழகினால் உள்ளொளியைத் தரிசித்து அதனிடையே இறைவன் திருவுருவத்தை காணலாம். இப்படிப் பல காலம் பயிற்சி செய்தாலன்றிக் கண்ணை மூடியவுடன் இறைவன் திருவுருவம் காண முடியாது. உள்முகமாக இறைவன் திருவுருவத்தைப் பார்ப்பதுதான் இறைவனோடு நாம் ஒன்றுபட வழியாகும். அதற்காகவே ஆண்டவனை உருவம் உடையவனாகத் தியானிக்கிறோம். மனம் எதையாவது நினைக்க வேண்டுமானால் அதற்கு ஏதேனும் உருவம் இருக்க வேண்டும். உருவம் இல்லாத பொருளை மனம் பற்றிக்கொள்ள இயலாது. ஆண்டவன் பல வடிவங்களை எடுத்துக்கொண்டு அருள் செய்வதற்குக் காரணம், அடியார்கள் மனத்தில் புக வேண்டும் என்பது தான்.

உருவமும் பாடலும்

அருணகிரியார் முருகனுக்கு அன்பு செய்து அவனுடைய திருவுருவத்தை நன்கு தரிசித்தவர். வெளியே தரிசித்த திருவுரு வத்தை, உள்ளே கண்டு அதன் பெருமையை உணர்ந்து இன்புற்றவர். நாம் அந்த நிலையை அடைய வேண்டுமானால் மெல்ல மெல்லச் சாதனை செய்து பயிற்சி பெற வேண்டும். இறைவனுடைய திருவுருவத்தை நன்றாக உள்ளத்தில் உணர வேண்டும். அப்படி உணர்வதற்கு நமக்கு உபயோகமாக இருப்பவை இரண்டு பொருள்கள். ஒன்று இறைவனுடைய திருவுருவம்; மற்றொன்று அந்தத் திருவுருவத்தைப் பற்றிச் சொல்லும் பாடல். ஒரு குழந்தையைத் தினந்தோறும் பார்த்துக் கொண்டிருந்தால் அந்தக் குழந்தையின் உருவம் நம் மனத்தில் பதியும். குழந்தை ஊருக்குப் போய் இருக்கும்போது அதனை நினைத்தால் அதன் உருவம் உள்ளத்தில் வரும். அதுபோல இறைவனுடைய உருவங்களைக் கோயில்களில் பார்க்கிறோம்; படத்தில் பார்க்கிறோம். அவற்றை எல்லாம்

நெஞ்சில் நிறுத்திக் கண் மூடித் தியானம் செய்து பழகியிருக்கிறோம். அந்த உருவம் உள்ளத்தில் நன்கு பதிந்து நிற்க, திருப்பித் திருப்பி அந்த உருவத்தை உள்ளத்தில் கொண்டு வந்து நிறுத்த முயல வேண்டும். பெரியவர்களுடைய பாடல்களில் ஆண்டவனுடைய திருவுருவத்தை வருணிக்கும் இடங்களை நினைவுபடுத்திக் கொண்டு, அவற்றைச் சொல்லிக் கொண்டே வந்தால் அப்போது ஆண்டவனுடைய வடிவத்தை உள்ளத்தில் ஓரளவு பதித்துக் கொள்ளலாம்.

மந்திர உபதேசம் செய்து கொள்கிறவர்கள் அந்த மந்திரத்தின் தேவதையைத் தியானம் செய்வதற்கு உதவியாக ஒரு சுலோகம் இருக்கும். அதைத் தியான சுலோகம் என்று சொல்வார்கள். மந்திரம் எந்த மூர்த்தியைக் குறிக்கிறதோ அந்த மூர்த்தியின் உருவத்தைத் தியான சுலோகம் வருணிக்கும். தியான சுலோகத்தைச் சொல்லிக் கொண்டு அந்த வடிவத்தை மெல்ல மெல்ல உள்ளத்தில் பதித்துக் கொள்ள வேண்டும். அப்படிப் பதித்துக் கொண்டு மந்திரத்தை ஜபித்தால் மெல்ல மெல்ல ஒளி பரவி அந்தத் திருவுருவமும் ஒருவாறு உள்ளத்தே நிலை கொள்ளத் தொடங்கும். இந்த அநுபவத்தில் வல்லவராகிய அருணகிரியார் தம்முடைய அனுபவம் நமக்கும் வரவேண்டுமென்ற கருணையினால் நமக்கு வழி காட்டத் தொடங்குகிறார்.

அருணகிரிநாதர் முருகனைக் குருவாகக் கொண்டவர். முருகன் குருவாய் எழுந்தருளி அவ்வப்போது அவருடைய பக்குவத்திற்கு ஏற்றபடி பல்வேறு உபதேசங்கள் செய்தான் என்பதை அவ ருடைய பாடல்கள் நமக்குக் காட்டுகின்றன.

குருவின் பெருமை

எந்தக் காரியமானாலும் குரு இல்லாமல் கைகூடாது. வித்தியாகுரு, ஞானகுரு என்று குருநாதர்களை இரண்டுவித மாகப் பிரிப்பார்கள். கல்வியைக் கற்பிக்கும் ஆசிரியரை வித்தியா குரு என்றும், ஞான உபதேசம் செய்கின்றவரை

ஞான குரு என்றும் சொல்வது வழக்கம். கல்வி கற்பிக்கும் ஆசிரியர்கள் எப்படி வெவ்வேறாக இருக்கிறார்களோ, அதுமாதிரியே ஞான உபதேசம் செய்யும் குருமார்களும் படிப்படியாக பலர் இருப்பது உண்டு. பழைய காலத்தில் ஒரே ஆசிரியரிடம் எல்லா நூல்களை யும் கற்றுக் கொள்ளும் வழக்கம் இருந்தது. அதேபோல் ஒரு ஞான குருவை அண்டி நல்லுபதேசம் பெற்றுச் சாதனம் செய்து அதனால் அநுபவம் பெற்றவர்கள் பலர்.

இறைவனுடைய திருவருளைப் பெற விரும்புகிறவர்கள் அதற்கு முன்பு குருநாதனுடைய திருவருளைப் பெற வேண்டும். குருநாதன் அருள் இல்லாமல் இறைவன் அருள் கிட்டாது. சூரிய காந்தமும், சூரியன் ஒளியும், பஞ்சும் சேரும்போது சூரியகாந்தம் பஞ்சைச் சுட்டுவிடுகிறது. சூரிய காந்தத்திற்குப் பஞ்சைச் சுடும் ஆற்றல் இருந்தாலும் சூரியனுடைய சந்நிதியில்தான் அது சுடும். வீட்டுக்குள்ளே பஞ்சை வைத்துக் கொண்டு அதற்கு அருகில் மணிக்கணக்காகப் பூதக் கண்ணாடியை வைத்தாலும் அது சுடாது.

இறைவன் ஆருயிர்களுக்கு அருள் செய்கிறான். பாசத்தை நீக்கி என்றும் பொன்றாத பேற்றை அருளுகிறான். ஆயினும் குருநாத னுடைய கிருபையினால்தான் ஆன்மாக்கள் இறைவனுடைய திருவருளைப் பயன்படுத்திக் கொள்ள வேண்டும். சூரியனுடைய கதிர்களால் சூரிய காந்தத்தின் ஆற்றல் பஞ்சை எரிப்பதற்குப் பயன்படுவதுபோல், குரு நாதனுடைய உபதேசத்தால் இறை வனுடைய திருவருள் ஆன்மாக்களுக்குப் பலிக்கிறது.

அநுபவமும் குருவும்

அநுபவம் உடையவர்கள் குருநாதர் ஆகிறார்கள். அநுபவம் என்பது காலத்தினால் முதிர்வது. மனிதன் வளர வளர அவ னுடைய அநுபவம் மிகுதியாகிறது. மனித வாழ்க்கையில் ஒரு காலம் வரையில் வளர்ச்சியும், அப்பால் தளர்ச்சியும் உடலுக்கு

உண்டாகும். ஆனால் அறிவுக்கோ நாளாக நாளாக வளர்ச்சியே உண்டாகிறது. இளமை உடையவர்களிடத்தில் பலமும், முதுமை உடையவர்களிடத்தில் அறிவும் சிறந்து நிற்கும். பிராயத்தில் முதிர்ந்தவர்களாக மாத்திரம் இருப்பதில் பயன் இல்லை; அறி விலும் முதிர்ந்தவர்களாக வேண்டும். அதனால் வயோ விருத்தர், ஞான விருத்தர் என்று இருவேறு வகையாகச் சொல்வது வழக்கம். சிறிய பிள்ளையாக இருந்தாலும் ஞானத்தில் சிறந்திருந் தால் அவன் கும்பிடத் தகுந்தவன்.

பொதுவாக ஆசிரியர்களாக இருப்பவர்கள் மாணாக்கர்களை விட வயசு முதிர்ந்தவர்களாக இருப்பது உலக வழக்கம். பல காலம் கல்வித் துறையில் ஈடுபட்டுப் பலவற்றைத் தெரிந்து கொண்டு ஞான அனுபவத்தைப் பெற்ற பிறகே மற்றவர்களுக்குப் போதிக்கும் ஆற்றலைப் பெறுகிறார்கள் ஆசிரியர்கள். அதனால் பிறருக்குப் பயிற்றுவிக்கும் தகுதியைப் பெறுவதற்குப் பலகாலம் ஆகிறது. அவர்கள் பெரியவர்களாக, வயதில் மிகுந்தவர்களாக இருக்கிறார்கள். சில துறைகளில் வயசானவர்களே சிறப்படை வார்கள். காரணம்: வெறும் படிப்பு மாத்திரம் போதாது; அநுபவம் உடையவராக இருக்க வேண்டுமென்பதுதான். பால ஜோஸ்யன், விருத்த வைத்தியன் என்ற பழமொழியுண்டு. நீண்டகால அநுபவம் உடைய வைத்தியர்கள் மருந்து கொடுத்தால் நோயாளிக்கு நன்மை உண்டாகும். வெறும் வைத்திய நூல் படிப்பு மாத்திரம் இருந்தால் அவனால் நன்மை உண்டாகாது. ஆகையால், கல்வி அறிவோடு அநுபவம் வேண்டு மென்று கருதி விருத்த வைத்தியனாக இருக்க வேண்டுமென்று சொன்னார்கள்.

உடலுக்கு வரும் நோயைத் தீர்ப்பதற்கு அநுபவ முதிர்ச்சி இருக்க வேண்டும் என்று சொன்னால், அதைவிட அவசியம் உள்ளத்தின் நோயைத் தீர்ப்பதற்குரிய தகுதி. உள்ள மயக்கத்தை நீக்கி ஞானத் தெளிவு அடையச் செய்யும் ஆசிரியர்கள் பல காலம் பல நூல்களைப் பயின்று, பலர் வாயிலாகக் கேள்வி பெற்று, பல சாதனைகளைப் புரிந்து, தம்முடைய அனுபவத்திலும் வளர்ச்சி பெற்றிருக்க வேண்டும். கல்வி, கேள்வி ஆகிய இரண்டும்

அநுபவத்தினால்தான் நிறைவு பெறும். கல்வி, கேள்வி இல்லத வர்களும் அநுபவத்தினால் சிறந்து நிற்பதைப் பார்க்கிறோம். மகா ஞானியாகத் திகழ்ந்த இராமகிருஷ்ண பரமஹம்சர் கல்வி கேள்வி மிக்கவர் அல்லர். ஆயினும் அவருடைய அற்புதமான உபதேசங்கள் வேதாந்த உண்மைகளை மிகத் தெளிவாக எடுத்துரைக்கின்றன. அவை அநுபவத்தால் உணர்ந்தவை.

ஆகவே ஞானோபதேசத்திற்கு அடிப்படையாக நிற்பது அநுபவம். அந்த அநுபவம் எளிதில் மனிதனுக்கு வராது. பல காலம் சாதனம் செய்து இடையிலே வரும் தடைகளை வென்று வென்று தெளிவு பெற்று அப்பால் பெற வேண்டும். அநுபவம் பெறாதவர்கள் குருவாக இருந்தால் மாணாக்கர்களுக்கு ஐயம் நிகழும்போது அதைத் தீர்க்கும் வன்மை அவர்களுக்கு இராது. அநுபவம் உள்ளவர்களாலேயே எல்லா வகையான ஐயத்தையும் போக்க முடியும். அநுபவம் என்பது பல கால முயற்சியின் பய னாக வருவது. அதனால் சிறந்த ஆசிரியர்கள் பலகாலம் சாதனை செய்தவர்களாக, வயசில் மிகுந்தவர்களாக இருப்பது இயற்கை.

தெய்விகக் குருநாதர்

இது உலக இயலோடு ஒட்டிய குருமார்களுக்கு அமைந்தது. ஆனால் தெய்விகக் குருநாதர்களுக்கு இந்த விதி ஒவ்வாது. தட்சிணாமூர்த்தியைக் குருமூர்த்தி என்று சொல்வார்கள். பொதுவாகக் குரு என்று சொன்னால் அது தட்சிணா மூர்த்தியைத் தான் குறிக்கும். தட்சிணாமூர்த்தியைப் பற்றி ஒரு சுலோகம் வட மொழியில் உண்டு. 'ஆல மரத்தினடியில் தேசு நிறைந்த திருமுகத்துடன் தென்முகக் கடவுள் வீற்றிருக்கிறார். அவருக்குக் கீழ் நான்கு மாணாக்கர்கள் அமர்ந்திருக்கிறார்கள். என்ன ஆச்சரியம்! குருநாதர் இளையவராக இருக்கிறார்; மாணாக்கர்கள் கிழவர்களாக இருக்கிறார்கள்!' என்று அந்தச் சுலோகம் சொல்கிறது. உலக இயலுக்கு மேற்பட்ட அநுபவத்தில் சிறந்த முனிவர்கள் மாணாக்கர்களாகவும்

இளமையுடைய தட்சிணாமூர்த்தி குருநாதனாகவும் இருப்பதைக் காண்கிறோம். தோற்றத்தில் தட்சிணாமூர்த்தி இளமை உடையவரானாலும் அவர் காலம் கடந்த பேராளர். அவர் தோற்றத்தில் இளமையுடையவர்; அநாதி காலமாக இளமையோடு இருக்கிறவர் அவர்.

குமர குருபரன்

அத்தகையவனே முருகப் பெருமானும். அவன் பின்னும் இளமையுடையவன். சின்னஞ்சிறு வடிவுடன் மெய்ஞ்ஞான உபதேசம் செய்கின்ற குருமூர்த்தி. குருநாதர்களுக்குள் சிறந்த குருநாதன். ஆகையால் அவனைக் குருபரன் என்று சொல்வார்கள். பரன் என்பது மேலானவன் என்னும் பொருளை உடையது. எல்லாக் குருநாதர்களுக்கும் மேலான குருநாதனாகையால் அவன் அந்தத் திருநாமத்தைப் பெற்றான். குமர குருபரன் என்று நாம் அடிக்கடி கேள்விப் பட்டிருக்கிறோம். அந்தக் குமர குருபரனே அருணகிரியாருக்கு உபதேசம் செய்தான். பிராயத்தில் முதிர்ந்த குருநாதர்கள் நிதானமாக மெல்ல மெல்ல உபதேசம் செய்வார் கள். அவர்கள் மாணாக்கனை நோக்கி வரும்போது நிதானமாக வருவார்கள். இங்கே குழந்தைக் குருநாதனாகிய முருகன் அருண கிரியார் திருவுள்ளத்தில் கருணை வேகத்தோடு வந்து குதித்தா னாம். அவனுடைய திருவுருவம் எளிதிலே உள்ளத்தில் வந்து நின்றதாம்.

குருவடிவாய் வந்து என் உள்ளம்
குளிரக் குதிகொண்டவே

என்று பாடுகிறார்.

உள்ளம் குளிர்தல்

முருகப் பெருமானுடைய உருவம் திருவுள்ளத்தில் வந்து நின்றவுடன் மனத்தில் ஒரு குளிர்ச்சி உண்டாயிற்று. மழை பெய் தால் உடனே வெப்பம் மாறிக் குளிர்ச்சி உண்டாவது போல், கருணையே உருவாகிய முருகப் பெருமான் மனத்தில்

வந்து காட்சி கொடுத்தவுடன் அங்கேயுள்ள தாபங்கள் மாறி ஒரே குளிர்ச்சி உண்டாகிவிட்டது. மனத்தில் மூன்று வகையான தாபங்கள் உண்டு. அவற்றைத் தாபத்திரயம் என்று சொல்வார்கள். ஆதியாத்மிகம், ஆதிபௌதிகம், ஆதிதெய்விகம் என்பவை அவை. இறைவனுடைய திருவுருவம் உள்ளத்தில் குதிகொண்டவுடன் அங்கே அருள் மழை பொழிந்தது. அதனால் தாபங்கள் எல்லாம் போய்விட்டன.

"திருவீழி மிழலை வீற்றிருந்த
கொற்றவன் றன்னைக் கண்டு கண்டுள்ளம்
குளிரஎன் கண் குளிர்ந்தனவே"

என்று திருவிசைப்பாவில் ஒரு பாட்டு வருகிறது.

திருவடி

முருகப் பெருமான் குருநாதனாக எழுந்தருளினான் என்று சொல்லும்போது அவன் அடையாளங்களை விரிவாகச் சொல்ல வருகிறார் அருணகிரியார். திருவடி முதல் திருமுடிவரையில் சொல்வதைப் பாதாதிகேசம் என்று சொல்வார்கள். மனிதர்களை வருணிக்கும்போது கேசாதி பாதமாக வருணிப்பதும், தெய்வங் களை வருணிக்கும்போது பாதாதிகேசமாக வருணிப்பதும் முறை. அந்த வகையில் இங்கே குமரகுருபரனுடைய பாதாதிகேச வருணனையைச் செய்கிறார்.

தெய்வத்தையும் பெரியவர்களையும் காணும்போது அவர்கள் முன் விழுந்து திருவடியைப் பற்றிக் கொள்ள வேண்டும். குழந்தை தாயோடு விளையாடும்போது பலவகையில் விளையாடும். தாயின் முகத்தோடு முகம் சேர்த்து விளையாடும். கழுத்தைக் கட்டிக் கொண்டு விளையாடும். சில சமயங்களில் தோளில் ஏறும்; இடுப்பிலும் ஏறும். ஆனால் அதற்குப் பசி மிகும்போது அத னுடைய நோக்கம் எல்லாம் பால் தரும் அவயத்தில் இருக்கும்.

அதுபோல் இறைவனுடைய அருளுக்காகப் பசித்த அடியார்கள் அவனுடைய திருவடியைப் பற்றிக் கொண்டிருப்பார்கள். இறை வனுடைய திருவுருவப் பேரழகு முழுவதையும் கண்டு இன்புற்றாலும், நம்மை ஆட்கொள்ளும் புகலிடம் அவனுடைய திருவடியே என்பதைக் கருதி அதையே முதலில் பற்றிக் கொள்ள வேண்டும்.

தண்டையும் சிலம்பும்

அருணகிரிநாதப் பெருமான் முதலில் முருகனுடைய திரு வடியைக் காட்டுகிறார். அந்த அடி சின்னஞ்சிறு குழந்தையின் அடி. அதனை எப்படித் தெரிந்துகொள்வது? அடுத்தபடி சொல் லும் அடையாளத்தால் அது புலனாகும்.

திருவடியும் தண்டையும் சிலம்பும்.

முருகப்பெருமானுடைய திருவடி தண்டையும், சிலம்பும் அணிந் திருக்கிறது. குழந்தைத் திருவுருவத்தில் எழுந்தருளுவான் அவன். ஆதலின் அந்த அணிகள் அமைந்திருக்கின்றன. நடராஜப் பெருமானுக்கும் சிலம்பு உண்டு. அவன் நடனம் ஆடுகின்றவன்; ஆகையினால் அதற்கேற்றபடி தாளம் அமைவதற்குச் சிலம்பை அணிந்திருக்கிறான்.

"மலர் சிலம்படி வாழ்த்தி வணங்குவாம்"

என்பது பெரியபுராணம். அடியார்களுக்கு அருள் வழங்கும்போது தான் இருக்கும் இடத்தைக் காட்டுவதற்கு அடையாளமாகச் சிலம்பை அணிந்திருக்கிறான். காதினால் ஒலியைக் கேட்டு, அது எங்கிருந்து வருகிறதென்று ஆராய்ந்த பிறகு திருவடியைக் காணலாம். அதுபோல் முருகன் எழுந்தருளும்போது, "யானை வரும் பின்னே மணியோசை வரும் முன்னே" என்பது போலத் தண்டையும் சிலம்பும் ஒலிக்கின்றன. அந்த ஒலி எம்பெருமான் எழுந்தருளுகிறான் என்பதைக் காட்டி, அவன் திருவடி எங்கே என்ற ஆராய்ச்சியை உண்டாக்குகிறது.

இறைவனுடைய திருவடியில் தண்டையாகவும், சிலம்பாக வும் இருப்பது வேதந்தான். இறைவனைக் காட்டுவதற்கு அநாதிகாலமாக நமக்கு உதவியாக இருக்கும் நூல் வேதம். அது நேர்முகமாகக் காட்டாவிட்டாலும் உண்மையான தத்துவத்தை எடுத்துச் சொல்லும் அரிய நூல். எல்லா நூல்களுக்கும் ஆதியாகவும், தனக்கு ஆதி இல்லாததாகவும் இருப்பது வேதம். ஆண்டவனுடைய திருவடியைக் காட்டுவதற்கு அது நமக்குத் துணை செய்கிறது. இறைவனுடைய திருவடிக்கு அணியாக நின்று தம்முடைய ஒலியினால் தண்டையும் சிலம்பும் அந்தத் திருவடியைக் காட்டுகின்றன. வேதம் செய்கிற காரியத்தைக் காலில் அணிந் திருக்கும் அவ்விரண்டும் செய்கின்றன; ஆகையினால் வேதமே தண்டையாகவும், சிலம்பாகவும் இருக்கின்றது என்று சொல்வார்கள்.

இறைவனுடைய திருவடியைக் கண்ட பிறகு நம்முடைய பார்வை மேலே எழும்புகிறது. மனிதனுடைய பார்வை வரவர மேலே போக வேண்டும். முறையாக அடியிலிருந்து போனால் தான் உச்சி வரையில் எட்டும். ஆண்டவனுடைய திருவடி எல்லாவற்றுக்கும் ஆதாரமாக இருப்பது.

"பாதாளம் ஏழினும்கீழ் சொற்கழிவு பாதமலர்"

என்று மணிவாசகப் பெருமான் பாடுவார். எல்லாவற்றையும் திருவடி தாங்கிக் கொண்டிருக்கிறது என்று திருமுருகாற்றுப்படை சொல்கிறது. எல்லாவற்றுக்கும் ஆதாரமாக இருந்தாலன்றித் தாங்குவது என்பது அமையாது. ஆகையால் பிரபஞ்சத்தில் உள்ள எல்லாவற்றையும் தனக்கு மேல் வைத்துத் தான் எல்லாவற்றுக் கும் கீழாக நின்று தாங்கும் திருவடி அது. அப்படியுள்ள ஆதாரப் பொருளை முதலில் கண்டு, அப்பால் நம் கண்ணையும் கருத்தையும் மேலே எழுப்ப வேண்டும்.

வடிவேல்

முதலில் திருவடியைக் கண்டு, பின்பு ஒலியை விளைவிக்கும் தண்டையையும் சிலம்பையும் கண்டு நிற்கும் நாம், அந்தத் திருவடிக்கு அருகில் வேலின் ஒரு முனை அமைந்திருப்பதைப் பார்க்கிறோம். முருகப் பெருமானது திருக்கையில் ஞான சக்தியாகிய வேல் இருக்கிறது. அது அவனுடைய திருவுருவத்தை ஒட்டி அமைந்து விளங்குகிறது. திருவடி முதல் திருமுடிவரையில் அது செல்கிறது. அது அவன் திருவுருவ எல்லையைக் காட்டு கிறது. வேலையே ஏணியாகக் கொண்டு நம்முடைய கண் மெல்ல மெல்ல ஏறினால் முருகப்பெருமான் திருவுருவம் முழுவதையும் ஒருவாறு பார்த்துவிடலாம்.

இதுவும் ஒரு குறிப்பை உடையது. வேலே ஞானம் என்று சொல்வார்கள். இறைவனுடைய தரிசனம் பெற வேண்டுமானால் ஞானத்தை அடைய வேண்டும். ஞானம் என்பது ஒரே மாதிரி இருப்பது அல்ல. வரவர அறிவு மிகுதியாகும் போது தெளிவும் மிகுதியாகிறது. தெளிவு என்பது பொருள்களைப் புலப்படுத்தும். ஐயம் நீங்கிப் பொருள் புலப்படும் தெளிவு மிகுதியாக ஆக இறுதியில் எல்லா ஐயங்களும் நீங்கிப் பொருள்கள் யாவும் தெளிவாகும்; முடிந்த முடிவில் கடவுளைத் தெளிந்து அநுபவிக்கும் நிலை வரும். அதுவரைக்கும் ஞானம் படிப்படியாக ஏறி வரும். ஞான சக்தியாகிய வேலைக் காணும் போது நாம் மெல்ல மெல்லக் கீழே இருந்து படிப்படியாக ஏறுகிறோம். ஆண்டவனுடைய திருவடியை ஆதாரமாகக் கொண்டு, பிறகு ஞானம் என்னும் ஏணி யில் மெல்ல மெல்ல ஏறுகிறோம். இறைவனுடைய திருவடியே ஞானமாக நிற்பதுதான். அது ஞானப் பொய்கையானால் வேலை ஞான ஆறு என்று சொல்லலாம்.

***"தொண்டர்கண்டு அண்டிமொண்டு உண்டு இருக்கும்
சுத்த ஞானம் எனும், தண்டையம் புண்டரிகம் தருவாய்"***

என்று கந்தர் அலங்காரத்தில் வந்ததை நாம் முன்பு பார்த்தோம்.

முருகப் பெருமானுடைய திருவடியைத் தரிசித்து, அதன் அருகில் தோன்றும் வேலைப் பற்றிக் கொண்டு மெல்ல நம் முடைய கண்ணையும் கருத்தையும் ஏறவிடுவோம். அதன் வழியே செல்லும் கண் முதலில் அவன் திருவடியைக் கண்டு, பின்பு அவன் இடையைக் கண்டு, பின்பு அவன் திருக்கரத்தில் வந்து நிற்கும். முருகன் எப்பொழுதும் வேலைத் தன் கையில் பற்றியிருக்கிறான்.

"வேலே விளங்கு கையான்."

கிரௌஞ் சவதம்

அவன் திருக்கரத்தில் பற்றிக்கொண்டிருக்கும் அந்த வேலைப் பார்க்கும்போது பழைய கதை நினைவுக்கு வருகிறது. அதே திருக்கரத்தினால் முருகப் பெருமான் வேலை ஓச்சிப் பல பராக் கிரமச் செயல்களைக் காட்டினான். அவற்றுள் அருணகிரியார் இங்கே ஒன்றை நினைப்பூட்டுகிறார்.

சிலம்பு ஊடுரவப் பொரு வடி வேலும்.

முருகப்பெருமான் வேலினால் அசுரர்களை மாய்த்தான். கிரௌஞ் சாசுரன் என்பவன் மலை வடிவில் இருந்தவன். அவன் சூரனுக்குப் பக்கபலமாக இருந்து தேவர்களுக்குப் பல துன்பங்களைச் செய்தவன். அசலமாக இருக்கும் மலை அன்று அது. இறகுகளைக் கொண்டு பறந்து கொண்டே இருந்தது அது. அதனால் அசலம் என்றும் பெயர் கிரௌஞ்ச கிரியைப் பொறுத்தவரையில் செல் லாது. பல இடங்களுக்குப் பறந்து சென்று அங்கங்கே திடும் எனக் கீழே வந்து படிந்து, அடியில் அகப்பட்டுக் கொண்ட மக்களை எல்லாம் நசுக்கி நாசம் செய்கின்ற கடுமையான செயலைக் கிரௌஞ்சாசுரன் செய்து வந்தான். அந்தச் சிலம்பை முருகப்பெருமான் திருக்கையில் உள்ள வடிவேல் பொடியாக்கி விட்டது.

சூரபன்மா அகங்கார மயமானவன். அவனுக்கு உறவாகிய கிரௌஞ்சாசுரன் மமகார மயமானவன். மலை போல நின்று எல்லா வளங்களும் தன்னுடையன என்று செருக்கு அடைவது மக்களுடைய இயல்பு. சூரனும் "நான்" என்ற உணர்வோடு கிரௌஞ்சாசுரனைத் தனக்குக் கவசமாகக் கொண்டிருந்தான். இறைவன் முதலில் மமகாரத்தைப் போக்கிப் பின்பு அகங்காரத்தைப் போக்குவான்.

"எல்லாம் அற என்னை இழந்த நலம்"

என்று கந்தர் அநுபூதியில் வந்த பாட்டுக்கு, மமகாரம் அற்று, அகங்காரம் அற்ற நிலை என்று பொருள் கொள்ள வேண்டும். சூரபன்மாவை இறைவன் முதலில் அழிக்கவில்லை. அவனோடு தொடர்புடைய படைகளையும், பின்பு அவனுடைய தம்பிமார் களையும், கிரௌஞ்சாசுரனையும் முன்னே அழித்துவிட்டு அப்பால் தனியாக நின்ற சூரனை அழித்தான். கப்பும் கிளையுமாக இருக்கும் மரம் சாலையில் நிற்கும்போது அதை வெட்டவேண்டுமானால் முதலில் கிளைகளை வெட்டிவிட்டு அப்பால் மரத்தை வெட்டுவது வழக்கம். அதுபோல் படர்ந்திருக்கும் மமகாரத்தைப் போக்கி, அது கிளைத்தற்கு மூலமான அகங்காரத்தை இறைவன் போக்குவான். இதைத்தான் அந்தச் சங்காரமுறை காட்டுகிறது. முருகன் மமகாரத்தைப் போக்குவான் என்பதை உணர்த்துவதற்கு,

"சிலம்பு ஊடுருவப் பொரு வடிவேலும்"

என்று சொன்னார் அருணகிரியார்.

பழைய வரலாறு

மற்றொரு செய்தியும் இங்கே நினைப்பதற்குரியது. நாம் படிக்கிற கந்தபுராணத்தில் கிரௌஞ்சாசுரன் மலைவடிவாக இருந்தான் என்பதும், தேவர்களுக்குப் பல துன்பங்களைச் செய் தான் என்பதும் வருகின்றன. பழைய வரலாறு ஒன்று உண்டு. அதை முன்பும் நாம் நினைப்பூட்டிக்

கொண்டிருக்கிறோம். சூர பன்மாவுக்குக் கிரௌஞ்சம் என்ற மலை அரணாக இருந்தது என்றும், அது பறக்கும்போது அவன் உள் இருந்தான் என்றும், முருகப்பெருமான் வேலை ஓச்சியபோது அந்த வேல் கிரௌஞ்ச மலையை ஊடுருவி அதன் உள்ளே இருந்த சூரனையும் ஊடுருவிக் கொன்றது என்றும் பழைய காலத்தில் வரலாறுகள் வழங்கி வந்தன. தக்கயாகப் பரணியில் அதனை ஒட்டக்கூத்தர் பாடுகிறார். "ஒருதோகை மிசையேறி உழல்சூரும் மலைமார்பும் உடனூடறப் பொருதோகை சுரராச புரமேற விடுகாளை புகழ்பாடுவோம்" என்பது அந்தப் பாட்டு. அருணகிரிநாதப் பெருமானும் இந்த வரலாற்றைப் பலவிடங்களில் சொல்லியிருக்கிறார்.

"கிளைபட்டு எழுசூர் உரமும் கிரியும்
தொளைபட்டு உருவத் தொடுவே லவனே"

என்பது கந்தர் அநுபூதி. ஆகவே இங்கே, 'சிலம்பு ஊடுருவப் பொருவடிவேலும்' என்று சொன்னாலும் சிலம்புக்குள் இருந்த சூரனையும் ஊடுருவிப் புகுந்து அழித்தது வேல் என்ற பொருளும் குறிப்பாக இருக்கிறதென்று கொள்ளலாம். கிரௌஞ்சாசுரனுக்குள் சூரன் மறைந்திருப்பது போல, சிலம்பு ஊடுருவப் பொருவடி வேல் சூரனையும் ஊடுருவிக் கொன்றது என்பது இதில் மறைந் திருக்கிறது என்று கொள்ளலாம்.

இப்போது நாம் ஆண்டவனுடைய திருக்கரத்தையும், அது பற்றியிருக்கும் வேலையும் பார்த்தோம். ஆண்டவன் பெருவீரம் உடையவன். வேலாயுதம் அவனுடைய வீரத்தினால் சிறப்பு அடைகிறது.

"வீரவேல் தாரைவேல் விண்ணோர் சிறைமீட்ட
தீரவேல்"

என்று வேலைச் சொல்வது வழக்கம்.

என்ன இருந்தாலும் வேல் கருவிதான். அதனை உடைய வனுக்கு வீரம் இருந்தாலன்றிப் படைக்கலம் வீரம் உடையது ஆகாது.

"வாளொடென் வன்கண்ண ரல்லார்க்கு"

என்பது குறள். படையை யார் விடுகிறார்களோ அவர்களுடைய வீரத்தைப் படையின்மேல் ஏற்றிச் சொல்வது வழக்கம். அதை இலக்கணை என்று சொல்வார்கள். அந்த வகையில் வேலை வீரவேல் என்று சொல்வர். முருகன் வீரர்களில் சிறந்த வீரன். அவனுடைய கைப்பட்டது எதுவும் பெருமை அடைகிறது. ஆயுதங்களில் சிறந்ததாகிய வேல் வீரர்களில் சிறந்தவனாகிய முருகன் திருக்கரத்தில் இருந்து மிக்க புகழை அடைந்தது.

கடம்பும் தடம்புயமும்

பொதுவாக வீரனைப் பற்றிச் சொல்லும்போது அவன் தோள் வலியை உடையவன் என்பார்கள். தோள், ஆண்மைக்கு இருப்பிடம்.

"நீடிய அரக்கர் சேனை நீறுபட் டழிய வாகை
சூடிய சிலையி ராமன் தோள்வலி கூறு வோர்க்கே"

என்று கம்பன் இராமனுடைய வீரத்தைப் புலப்படுத்துகிறான்.

முருகப்பெருமானுடைய வீரத்துக்கு அடையாளமாக இருப் பன அவனுடைய திருத்தோள்கள். அந்தத் திருத்தோளுக்கு அலங் காரமாக இருப்பது கடம்பமாலை. அந்த இரண்டையும் இப் போது நமக்குக் காட்டுகிறார்.

கடம்பும் தடம்புயம் ஆறிரண்டும்.

முருகனுக்குக் கடம்ப மலர் மிகவும் பிரியமானது. அவன் திருத் தோளில் கடம்ப மலர் மாலை இருக்கிறது. அவன் கடம்ப மலரில் இருக்கிறான். கடம்ப மரத்தின் அடியிலும் அவன் எழுந் தருளியிருப்பான். திருமுருகாற்றுபடை,

"புதுப்பூங் கடம்பும்"

என்று முருகன் இருக்கும் இடங்களில் கடம்ப மலரையும் ஒன்றாகச் சொல்கிறது.

"கடம்பமர் காளை"

என்பது தேவாரம். முருகன் அணிகின்ற மலர்களில் சிறந்தது கடம்ப மலர். அதனால் கடம்பன் என்ற திருநாமத்தைப் பெற்றான்.

"காரலர் கடம்பன்"

என்று மணிமேகலையில் வருகிறது. அதனை எப்போதும் அவன் அணிந்து கொண்டிருக்கிறான். அது போகத்திற்குரிய மாலை என்று நச்சினார்க்கினியர் திருமுருகாற்றுபடை உரையில் எழுதுகிறார். போர் செய்யும்போது அணிகின்ற மாலை வேறு. மற்றக் காலங்களில் அணிகின்ற மாலை வேறு. முருகன் போர் செய்யும் காலத்தில், காந்தளை அணிவான். அது அவனுக்குரிய கண்ணி. மற்றச் சமயங்களில் கடம்ப மாலையை அணிந்து கொள்வான்.

தண்டையின் ஒலியைக் கேட்டுத் திருவடியைக் கண்டது போலக் கடம்ப மலரின் மணத்தை நுகர்ந்து அப்பால் தோளை நாம் காண்கிறோம். முருகப்பெருமான் பன்னிரண்டு தோள்களை உடையவன்.

"முன்பு செய்த பழிக்குத் துணை அவன் பன்னிரு தோளும்"

என்று அந்தப் பன்னிரு தோள்களைத் துணையாக ஒரு பாட்டில் சொன்னார்.

இறைவனுடைய புஜபல பராக்கிரமம் ஆருயிர்க் கூட்டங்களுக்கு பகையானவர்களை மாய்ப்பதற்காக அமைந்தது. முருகனுக்கு என்று பகை யாரும் இல்லை. எல்லோரும் நண்பர்கள், அல்லது குழந்தைகள். ஆயினும் நல்லவர்களுக்குத் தீங்கு செய்யும் பொல்லாதவர்களை அவன்

தண்டித்து ஒறுக்கிறான். ஒரே தாயின் வயிற்றில் பிறந்த பிள்ளைகள் தமக்குள் சண்டை பிடிக்கும்போது, கொடியவனாக இருக்கும் பிள்ளையைத் தந்தை ஒறுத்து அடக்குவதுபோல, முருகன் சுரர்களுக்கும் மனிதர்களுக்கும் தீங்கு புரிந்த அசுரர்களை அடக்கி ஒடுக்கினான். அப்படி ஒடுக்கும் போது அவனுடைய புய வலிமை பயன்பட்டது. தன்னுடைய பகையை மாற்றுவதற்காக அந்த வலிமையை அவன் கொள்ளவில்லை. தன்னுடைய குழந்தைகள் பகை தீர்ந்து இன்பத்தோடு வாழவேண்டுமென்பதற்காக அவன் பன்னிரு தோள்களை உடை யவனாக இருக்கிறான். இரண்டு தோள்களை உடையவர்களுக்கு ஆண்மை உண்டு. பன்னிரண்டு தோள்களை உடையவன் எல்லோரிலும் பேராண்மை உடையன் என்பதைச் சொல்ல வேண்டி யதில்லை. தோள் வீரத்திற்கு அடையாளமானால் மிகுதியான தோள் மிகுதியான வீரத்திற்கு அடையாளம் என்பதில் ஐயம் ஏது?

கண்ணபிரான் கீதையில், "வீரர்களுக்குள் நான் முருகனாகருக்கிறேன்" என்று சொல்லியிருக்கிறான். அவனுடைய வீர மிகுதியை, வீரத்தின் இருப்பிடமாகிய பன்னிரண்டு தோள்களும் விளக்குகின்றன. அவற்றையும் தரிசித்தோம்.

ஆறுமுகம்

தோள்களைக் கண்ட பிறகு அடுத்தபடி நம்முடைய பார்வை உயர்ந்தால் அவனுடைய திருமுகங்கள் ஆறும் தோன்றும். அந்த ஆறு முகங்களும் மணம் பொருந்திய தாமரை போல ஒளிர் கின்றன. மணம் மனத்தை லயப்படுத்தும். அதனால்தான் பூசை செய்கிறவர்கள் மெல்லிய மணமுள்ள ஊதுவத்தியை ஏற்றி வைத்துக் கொள்கிறார்கள். நெடியான மயக்க மருந்தால் மனம் நின்று விடுகிறது. மென்மையான மணத்தினால் மனம் அமைதி பெறுகிறது. முருகப் பெருமானுடைய திருமுகம் மனத்தில் அமைதியை உண்டாக்கும் மணம் பொருந்தியது.

மருவடிவான வதனங்கள் ஆறும்.

மருவைப் பெற்ற வடிவையுடைய ஆறுமுகங்களும் என்று பொருள் கொள்ள வேண்டும்.

கண்கள்

திருமேனியில் முகம் முக்கியமானது. ஆண்டவனுடைய திருவடியைப் பற்றிக் கொண்டு மெல்ல மெல்ல நம்முடைய பார்வையை உயர்த்தி ஏற்றிக்கொண்டு வந்தோம். இப்போது திருமுகத்தில் வந்து நிற்கிறோம். முகத்தில் முக்கியமானது கண். இறைவனுடைய அருளைப் புறப்படவிடுகின்ற பொய்கைகள் அவை. அவனுடைய திருக்கண் பார்வை பட்டால் நம்முடைய தீங்குகள் எல்லாம் அழியும். அருள் கொப்புளிக்கும் திருக்கண்களைப் பார்த்த பிறகு வேறு எதையும் பார்க்க முடிகிறது இல்லை. நம்முடைய கண்ணும், அவனுடைய கண்ணும் ஒன்றுபட்டால் பேரின்பம் தானே வந்து அமையும். காதலனும் காதலியும் ஒருவரை ஒருவர் நோக்குவார்கள் என்றும், கண்வழி உள்ளே புகுவார்கள் என்றும் காவியங்கள் பாடுகின்றன.

'கண்ணொடு கண்இணை நோக்கொக்கின் வாய்ச்சொற்கள் என்ன பயனும் இல.'

என்பது திருக்குறள். கண்ணும் கண்ணும் பார்ப்பதில் மிக்க இன்பம் உண்டாகுமாம்.

இங்கே ஆண்டவனுடைய திருவிழிகளை நம்முடைய கண் கள் பார்க்கின்றன. அப்போது உண்டாகும் இன்பம் எல்லா இன்பங்களையும்விடப் பெரிதாக இருக்கும். முருகப் பெரு மானுடைய கண்கள் தாமரை மலரைப் போல அமைகின்றன. அவற்றில் விரிவு உண்டு; ஒளி உண்டு.

குரு வடிவு

திருவடி முதல் மலர்க்கண்கள் வரையிலுள்ள உறுப்புக்களை யுடைய திருக்கோலத்தோடு முருகனே குருவாக எழுந்தருளினான் என்று அருணகிரியார் கூறுகிறார். நாம் பற்றிக் கொள்வதற்கு ஆதாரமாகத் திருவடி தோன்றியது. பின்பு மெல்ல மெல்லத் தெளிவு பிறக்கும் வண்ணம் ஞான சக்தியாகிய வேல் தோன்றியது. அப்பால் நம்முடைய துன்பங்களை எல்லாம் போக்கிக் கொள்வதற்கு முருகப் பெருமானுடைய வீரத்தை வெளிப்படுத்துகிற திருத்தோள்கள் தோன்றின. பிறகு நம்முடைய உள்ளம் அமைதி அடையத் திருமுகம் தோன்றியது. பின்பு திருவருள் அநுபவத்தை உண்டாக்கும் திருக்கண்கள் தோன்றின. இப்படிப் படிப்படியாக முருகப் பெருமானுடைய திருவுருவத் தோற்றம் ஆனந்த அநுபவத்தை உண்டாக்கியது. இவை எல்லாம் சேர்ந்து உள்ளத்தில் புதைந்து அறியாமையைப் போக்கவும் மெய்ஞ்ஞானத்தை வளர்த்து என்றைக்கும் மாறாத பேரின்பத்தை அநுபவிக்கவும் உதவின. இறைவனே குருவாக எழுந்தருளி அருள் புரிந்தான். அருணகிரியார் இதனை அநுபவத்தில் கண்டவர் ஆதலின், நாமும் முருகப் பெருமானைத் தியானம் பண்ணும் வகையில் இந்தப் பாடலைச் சொன்னார்.

முன்பு சொன்னபடி, பாடலைப் படிப்பவர்கள் உறுப்பைச் சுட்டும் சொற்கள் வரும்போதெல்லாம் அந்த அந்த அங்கத்தை மனத்தில் நிறுத்தித் தியானம் பண்ண வேண்டும். திருவடியும், தண்டையும் என்று சொல்லும்போது நமக்கு அவை அகக் கண்ணில் வரவேண்டும். தண்டையின் ஒலியும், சிலம்பின் ஒலியும் காதில் கேட்க வேண்டும். இப்படி நிறுத்திப் பயின்றால் இந்தப் பாடல் நம் மனத்தை ஒருமுகப்படுத்தித் தியானம் செய்ய உதவும் என்பது உறுதி.

திருவடி யும்தண்டை யும்சிலம்
பும்சிலம்பு ஊடுருவப்
பொருவடி வேலும் கடம்பும்

தடம்புயம் ஆறிரண்டும்
மருவடி வான வதனங்கள்
ஆறும் மலர்க்கண்களும் குருவடி
வாய்வந்தென் உள்ளம்
குளிரக் குதிகொண்டவே.

[முருகப்பெருமானுடைய திருவடிகளும், அவற்றில் அணிந்த தண்டையும் சிலம்பும், கிரௌஞ்சமாகிய மலையை உள்ளே புகுந்து உருவும்படி போர் செய்த கூர்மையான வேலும், கடம்ப மாலையும், விசாலமான தோள்கள் பன்னிரண்டும், மணத்தையுடைய வடிவமாக உள்ள திருமுகங்கள் ஆறும், தாமரை போன்ற கண்களும் ஒன்றுபட்டுக் குருவடிவாக எழுந்தருளி அடியேனது உள்ளம் தாபங்கள் அற்று அமைதியான குளிர்ச்சியைப் பெறும்படியாக வந்து குதித்தன.

பொரு - போர் செய்யும்]

முருகனுடைய திருவுருவத் தியானம் செய்யச் செய்ய அவனே குருவாகி வந்து உண்மையை உணர்த்தியருளினான் என்பது கருத்து.

இராப்பகல் அற்ற இடம்

1

அநுபவமும் கருணையும்

கந்தர் அலங்கார மாலையின் குஞ்சமாக ஆறு பாடல்கள் கிடைத்திருக்கின்றன. அவற்றையே இப்போது நாம் பார்க்கிறோம். அதன் முதல் பாடல் எம்பெருமானுடைய சொரூபத் தியானத்திற்கு ஏற்றதாக அமைந்திருக்கிறது. அதைப் பார்த்தோம். அருணகிரிநாதப் பெருமான் தம்முடைய அநுபவமாக அதைச் சொன்னார். அவனுடைய திருவடி முதலியன தம்முடைய உள்ளம் குளிரக் குதி கொண்டன என்று சொன்னார். அப்படிச் சொன்னவுடன் திரும்பிப் பார்த்தார். ஆயிரக்கணக்கான மக்கள் எம்பெருமானுடைய நிலையை உணராமல் வாழ்ந்து கொண்டிருக்கிறார்கள். இன்னும் சிலபேர் அவனுடைய திருவடித் தியானம் கைகூட வேண்டுமென்று ஏங்கிக் கொண்டிருக்கிறார்கள்; எது வழி என்று தெரியாமல் திண்டாடுகிறார்கள். அதைப் பார்த்தவுடன் அவர்களுக்கு வழி சொல்லிக் கொடுக்க வேண்டுமென்ற எண்ணம் தோன்றியது. 'நாம் பெற்ற இன்பத்தை மாத்திரம் சொல்லி அந்த எக்களிப்பில் பேசிக் கொண்டிருக்கிறோம். இவர்களுக்கு வழி காட்ட வேண்டாமா? என்ற நினைவு வந்தது. அந்தக் கருணை யினால், "இறைவனே, உன்னுடைய அற்புதமான வடிவத்தை உள்ளத்தில் வைத்துத் தியானம் பண்ணுவதற்கு எனக்கு ஆசையாக இருக்கிறது" என்று நினைக்கிறவர்களுக்கு ஏற்றபடி ஒரு விண்ணப்பத்தை அமைத்தார். அதுதான் இப்போது பார்க்கப் போகிற பாட்டு. "எம் பெருமானே, உன்னுடைய அழகிய உரு வத்தை நல்ல வகையில் இருந்து தியானம் பண்ணுகின்ற பக்குவத்தை

எனக்குத் தா" என்ற வேண்டுகோளை உடையது இந்தப் பாட்டு.

**இராப்பகல் அற்ற இடங்காட்டி யான்இருந் தேதுதிக்கக்
குராப்புனை தண்டையந் தாள்அரு ளாய்கரி கூப்பிட்டநாள்
கராப்படக் கொன்றக் கரிபோற்ற நின்ற கடவுள்மெச்சும்
பராக்ரம வேல நிருதசங் கார பயங்கரனே.**

இது இறைவனுடைய தியானத்தில் ஈடுபட வேண்டுமென்ற ஆசை உடையவர்களுக்குச் சொல்கிற பாட்டு. அவர்களே பகவானிடத்தில் சொல்லி வேண்டிக் கொள்வது போல அருணகிரி நாத சுவாமிகள் இந்தப் பாட்டை அமைத்திருக்கிறார்.

தராசின் நிலை

எம்பெருமானுடைய திருவுருவத் தியானம் செய்வதானால் மனத்திற்கு ஒரு பக்குவம் வேண்டும். தராசின் நிலைபோல அந்தப் பக்குவம் இருக்கும். தராசில் இரண்டு பக்கமும் தட்டுகள் இருக்கும். நுட்பமான பொருள்களை நிறுக்க வேண்டுமானால் நுட்பமான தராசில் நிறுக்கிறோம். தங்கம் வைரம் முதலிய வற்றைச் சின்ன தராசில் வைத்து நிறுப்பார்கள். நிறுப்பதற்கு முன்னால் தராசைத் தூக்கிப் பார்ப்பார்கள். அது சமமாக இருக் கிறதா என்று தெரிந்து கொண்ட பிறகே நிறுக்கத் தொடங்குவார்கள். இதை வள்ளுவர் சொல்கிறார்;

"சமன்செய்து சீர்தூக்கும் கோல்போல்"

என்று உவமையில் வைத்து அந்த வழக்கத்தைக் காட்டுகிறார். போட்ட பொருளின் எடையைச் சரியானபடி காட்ட வேண்டுமானால் எடையைப் போடுவதற்கு முன்பு தராசைத் தூக்கினால் இரண்டு பக்கத்துத் தட்டும் சமமாக இருக்க வேண்டும். முதலில் சமமாக இருக்கிறதா என்று பார்த்த பிறகே பொருளையும் எடையையும் போட்டு நிறுப்பார்கள். அதுபோல் இறைவனுடைய திருவருளை நம் உள்ளத்தில்

தாங்கிக் கொள்ள வேண்டுமானால் நம்முடைய உள்ளம் நடுநிலையில் இருக்க வேண்டும். பிற பொருள்களை நாடி அலைந்து கொண்டிருந்தால் இறைவனுடைய உருவத்தைப் பதித்துக் கொள்ள முடியாது.

சுவரும் சித்திரமும்

அழுக்கு அடைந்த சுவரில் சித்திரங்களைத் தீட்ட முடியாது. ஓவியர்கள் முதலில் சுவர் முழுவதும் சுண்ணாம்பு அடிப்பார்கள்.

சுவர் ஒரே வெள்ளையாக ஆன பிறகு அதில் தாம் எழுத வேண்டிய வண்ணச் சித்திரங்களை எழுதுவார்கள். நம்முடைய மனமாகிய சுவரில் இறைவனுடைய திருவுருவத்தை எழுத வேண்டுமானால் முதலில் அங்குள்ள அழுக்கைப் போக்கிக் கொள்ள வேண்டும்.

"துணிவெளுக்க மண்உண்டு
எங்கள் முத்து மாரியம்மா
தோல்வெளுக்கச் சாம்பல்உண்டு
எங்கள் முத்து மாரியம்மா
மணிவெளுக்கச் சாணையுண்டு
எங்கள் முத்து மாரியம்மா
மனம்வெளுக்க வழியில்லை
எங்கள் முத்து மாரியம்மா"

என்று சொல்வார் பாரதியார். நம்முடைய மனத்தில் எத்தனையோ நிறங்கள் ஏறியிருக்கின்றன. சிவப்பும், கறுப்பும் நடமாடிக் கொண்டிருக்கின்றன. சிலருடைய மனத்தில் பச்சை வண்ணம் நிரம்பி யிருக்கும். மனத்தில் தோன்றுகிற எண்ணங்களுக்கு வண்ணம் உண்டென்று மேல் நாட்டினர் கண்டுபிடித்திருக்கிறார்கள். அதைப் பற்றி விவரமான புத்தகம் ஒன்றை அடையாற்றில் வெளியிட் டிருக்கிறார்கள். மனம் வண்ணங்கள் நிறைந்ததாக இருந்தால் புதிய சித்திரத்தை எழுத முடியாது. எழுதினாலும் மங்கிப் போய்விடும். ஆதலால் முதலில் மனத்தை எந்த வண்ணமும் இல்லாமல் சுத்த

சத்துவமாக அமையும்படி வெள்ளை அடிக்க வேண்டும். வெள்ளை அடிப்பதாவது என்ன? மனம் விருப்பு வெறுப்பு இல்லாமல், எதனையும் சாராமல் அமைதியாக, மௌனமாக, நடுநிலையில் இருக்க வேண்டும்.

சுகமும் துக்கமும்

இப்போது நம்முடைய மனம் சுகம் வந்தால் துள்ளிக் குதிக்கிறது; துக்கம் வந்தால் சோர்ந்து விடுகிறது. ஒரு நாள் மிகவும் உற்சாகமாகவும், மற்றொரு நாள் மிகவும் வாட்டமாக வும் இருக்கிறோம். இப்படி இருப்பதற்குக் காரணம் மனந்தான். சுகமும் துக்கமும் மாறி மாறி வரும் உலகத்தில் நம்முடைய மனம் அலைபோல அலைகிறது; மேடுபள்ளத்தோடு இருக்கிறது. ஏழையானாலும், பணக்காரனானாலும் சுக துக்கம் என்பவை பொதுவானவையே. மனம் அந்த இரண்டுக்கும் ஏற்றபடி மேலேறிக் கீழே இறங்குகிறது. இப்படி இரண்டு விதமான அலைகள் மனத்தில் மிதந்து கொண்டிருக்கின்றன. கிளர்ச்சியும் தளர்ச்சியும் இல்லாமல், அலையற்ற கடல் போல மனம் அமைந்து கிடக்க வேண்டும். அப்போதுதான் இறைவனுடைய திருவுருவத்தை எழுதலாம்.

"உயிரா வணம்இருந் துற்று நோக்கி
உள்ளக் கிழியின் உரு எழுதி"

என்று பாடுகிறார் அப்பர்.

நடுநிலை

பெரியவர்களுக்கு மனம் நடுநிலையில் நிற்கும். அலையற்ற கடல்போல அமைதியாக இருக்கும். ஒருவன் பாட்டுப் பாடிக் கொண்டிருக்கிறான். உச்ச ஸ்தாயியில் பாடுகிறான். பின்பு கீழ் ஸ்தாயியில் பாடுகிறான். அவன் எப்படிப் பாடினாலும் அந்தப் பாட்டுச் சுதியோடு ஒட்டியிருக்கும். ஆரோகணம், அவ ரோகணம் ஆகிய இரண்டுக்கும் பொதுவாக ஓடிக் கொண்டிருப்பது சுருதி. ஞானிகளுடைய மனம் எப்போதும்

சுருதி போடுவது போல இறைவனை நினைத்துக் கொண்டிருக்கும். அவர்கள் நம்மைப் போலவே பல காரியங்களைச் செய்தாலும் மனம் நடுநிலையிலிருந்து மாறுவது இல்லை. இறைவனுடைய நினைப்பு எல்லாக் காலத்திலும் சுருதி போட்டுக் கொண்டிருக்கும். அந்த நிலையைச் சமநிலை என்று சொல்வார்கள். அது வரவேண்டு மானால் எத்தனையோ காலம் சாதனம் செய்ய வேண்டும்.

"எத்தொழிலைச் செய்தாலும் ஏதவத்தைப் பட்டாலும்
முத்தர் மனமிருக்கும் மோனத்தே - மெத்தனமாய்க் காதிவிளை
யாடிஇரு கைவீசி வந்தாலும் தாதிமனம் நீர்க்குடத்தே தான்"

என்று ஞானிகளுடைய மன நிலையைப்பற்றி ஒரு பாட்டு வருகிறது. கிராமங்களில் குளத்திற்கோ, ஆற்றுக்கோ சென்று தாய்மார்கள் நீர் எடுத்து வருவார்கள். தலையின் மேலே ஒரு குடமும், அதன் மேல் ஒரு தோண்டியும், அதன் மேல் ஒரு செம்பும், இடையில் ஒரு குடமும் வைத்துக் கொண்டு வரு வதைப் பார்க்கலாம். இடுப்பிலே இல்லா விட்டாலும் தலையில் ஒன்று இரண்டு வைத்துக்கொண்டு வருவார்கள். இப்படி நாலு பேர் சேர்ந்து வரும்போது சும்மா வர முடியுமா? ஊர் விவகாரங்களை எல்லாம் பேசிக் கொண்டு வருவார்கள்; கையை வீசிப் பேசுவார்கள். அப்படி அவர்கள் கையை வீசிக் கொண்டும், பேசிக் கொண்டும் வந்தாலும் தலையில் இருக்கும் குடத்தை மறந்து விட மாட்டார்கள். அது கீழே விழும்படி தலையை அசைக்க மாட்டார்கள். அவர்களுடைய நடையிலே ஒரு நிதானம் இருக்கும். நமக்கு அது தெரியாது. ஞானிகளுடைய மனம் அப்படித் தான் நடுநிலையில் இருக்குமாம். உலகத்தில் மற்றவர்களைப் போல ஒரு தொழில் செய்து வந்தாலும் அவர்கள் உள்ளம் சம நிலையிலிருந்து ஏறாமல் இறங்காமல் நிற்குமாம். இது ஒரு நாள் இரண்டு நாளில் உண்டாகிற நிலை அன்று. பல பிறப்புக்களிலே முயன்று கிடைக்க வேண்டிய அமைதி. ஒரு பிறவியால் ஒருவன் ஞானியாகிவிடலாம் என்று எண்ண முடியாது. அந்த நிலை வருவதற்கு முன் ஜன்மங்களில் அவன் உழைத்திருக்க வேண்டும். அந்த உழைப்பின் நிறைவை அவன் இந்த

ஜன்மத்தில் அடை வான். அப்படி வருகிறவர்களை யோகப் பிரஷ்டர்கள் என்று சொல்வார்கள். அவர்களுடைய உள்ளம் துலாக்கோலைப் போலவே இருக்கும்.

நம்முடைய உள்ளமோ அதற்கு நேர்மாறாக ஒரேயடியாக மேலே போகிறது; அல்லது ஒரேயடியாகக் கீழே போகிறது.

அக இருளும் புற இருளும்

நம் முன்னால் எத்தனை பொருள்கள் இருந்தாலும் அந்தப் பொருள்களின் வண்ணத்தையும், வடிவத்தையும் காணாமல் மறைப்பது இருள். கண் இருந்தாலும், ஒளி இருந்தாலன்றி அதனால் பார்க்க முடியாது. இருட்டு, கண்ணைப் பயனற்றதாகச் செய்கிறது. பொருள் இன்ன இடத்தில் இருக்கிறது, இன்ன வண்ணத்தோடு இருக்கிறது என்று தெரிந்துகொள்ள முடியாமல் செய்வது இருட்டு. புறத்தில் உள்ள இந்த இருள் வெளியில் உள்ள பொருள்களை அறிந்துகொள்ள முடியாமல் செய்வது போல, அகத்தில் உள்ள இருள் பொருள்களின் உண்மை நிலையைக் காணாமல் செய்கிறது. அந்த இருளுக்கு அறியாமை என்று பெயர். மனத்தில் தெளிவு இல்லாதபடி செய்து, எந்தப் பொருள் எப்படி இருந்தாலும் அதன் உண்மையான உருவத்தைத் தெரிந்து கொள்ள முடியாமல் செய்துவிடுகிறது. அறியாமையை இருள் என்று சொல்வது வழக்கு. இருட்டில் இருப்பவர்களுக்குத் தம் முன் உள்ள பொருள்களின் நிலை தெரியாதது போல அறியாமை உடையவர்களுக்குப் பொருள்களின் உண்மையான நிலை தெரியாது. புறத்தில் உள்ள இருளைப் போக்கி, பொருள்களின் வண்ணம் வடிவம் முதலியவற்றைத் தெரிந்துகொள்ளக் கருவி களாக இருப்பவை சூரியன், சந்திரன், அக்கினியாக மூன்றும். உள்ளே இருக்கிற இருளைப் போக்குவதற்கு இறைவனுடைய அருள்தான் வன்மையுடையது.

மூன்று மன நிலை

நாம் விழித்துக் கொண்டிருக்கிறோம்; அல்லது தூங்குகிறோம். தூங்கும்போது இரண்டு நிலை நமக்கு வருகின்றன. ஒன்று சொப்பன நிலை; மற்றொன்று எல்லாவற்றையும் மறந்து தூங்கும் தூக்க நிலை. விழித்துக் கொண்டிருப்பதுதான் ஜாக்கிரம். சொப்பனம் காண்பது கனவு நிலை அல்லது சொப்பனாவதஸ்தை. நன்றாக அயர்ந்து தூங்குவது சுஷுப்தியவஸ்தை. இந்த மூன்று நிலைகளிலும் நாம் தடுமாறிக் கொண்டிருக்கிறோம். நமக்குப் பகல் நேரத்தில் விழித்துக் கொண்டிருக்கத் தெரியும். இரவு நேரத்தில் தூங்கத் தெரியும். தூக்கத்தில் சொப்பனம் காணவும் தெரியும்.

இராத்திரி பகல் ஆகிய இரண்டுக்கும் நடுவில் சாயங்காலம் இருக்கிறது. அதுபோல் விழிப்பு நிலைக்கும் தூக்க நிலைக்கும் நடுவில் கனவு நிலை இருக்கிறது. கனவிலே காண்பது முற்றும் உண்மை அன்று. ஆனால் உண்மையாக நடந்தால் எவ்விதம் இன்ப துன்ப உணர்ச்சி உண்டாகுமோ அதுபோன்ற அநுபவத்தை அப்போதைக்குப் பெறுகிறோம். புலி வருவது போலக் கனவிலே காண்கிறோம். அதன் பயனாக உண்மையிலேயே உடம்பில் வேர்வை வருகிறது. தூக்கத்தில் குழந்தைகள் பயந்து கொண்டு சிறுநீர் விட்டுவிடுவதைப் பார்க்கிறோம்.

சாயங்கால வேளையில் ஒளியும் இருளும் கலந்திருக்கின்றன. அதுபோல் கனவில் பொய்யான நிகழ்ச்சியும் மெய்யான அநுபவமும் கலந்திருக்கின்றன. அந்தக் கனவு விழிப்பு நிலையும் அன்று; தூக்க நிலையும் அன்று. தூங்கினால் எல்லாவற்றையும் மறந்து தூங்குகிறோம். விழித்தால் எல்லாவற்றையும் பார்த்துக் கொண்டிருக்கிறோம். அப்படி விழித்துக் கொண்டு பார்க்கிற பார்வை உண்மையான பார்வை என்று சொல்ல முடியாது. கண்ணால் காண்பது எல்லாம் மெய் அல்ல; காதால் கேட்பது எல்லாம் உண்மை அல்ல என்ற பழமொழி உண்டு.

சினிமாவும் மனநிலையும்

ஒரு சினிமாப் படத்தைப் பார்க்கிறோம். பல பேர்கள் பல விதமாக ஓடியாடிக் காரியங்கள் செய்வதைக் காண்கிறோம். நாம் பார்க்கும் ஆளுக்கு உயரம், பரிமாணம் எல்லாம் இருப்பது போலத் தோன்றுகிறது. ஆனால் உண்மையில் அங்கே பரிமாணமோ கனமோ இல்லை. அகல நீளம் மாத்திரம் இருக்கின்றன. திரையில் படம் ஓடிக் கொண்டிருக்கும்போது பரிமாணம் உள்ள பொருள்களைப் போலவே எல்லாம் தோன்றுகின்றன. ஆனால் அந்த ஆட்டம் நின்றவுடன் விளக்குப் போட்டால் நிற்கிறது வெறும் திரைதான் என்பது தெரிய வரும். படம் ஓடும்போதுகூட அகல நீளப் படந்தான் இருக்கிறதே தவிரப் பரிமாணப் படம் இல்லை. தோற்றம் மாத்திரம் பரிமாணத்துடன் தோன்றுகிறது. சினிமாப் படம் ஆரம்பிப்பதற்கு முன்பு ஒருவர் திரையைப் பார்த்தால் படம் ஓடிக் கொண்டிருக்கிறபோது திரையில் நடக்கிறது தோற்றந்தான் என்பதைத் தெரிந்து கொள்ளலாம். அல்லது படம் முடிந்த பிறகு பார்த்தாலும் திரைதான் உண்மையாக இருக்கும் பொருள் என்று தெரிய வரும். உலகத்திற்கு ஆதியும் அந்தமும் ஆகிற நிலையில் யாராவது இருந்து பார்த்தால் மற்றவை எல்லாம் சினிமா ஓட்டம் போலப் பொய்யானவை என்று தெரிய வரும்.

கானல் உவமை

உலகம் தோற்றுகிற தோற்றத்திற்குக் கானல் நீரை உவமை யாகச் சொல்வது வழக்கம். வெப்பம் மிகுந்து இருக்கும் போது அலை அலையாக நீர் ஓடுவது போலத் தோற்றும்; அதுதான் கானல். கானலைப் பார்க்கிறவர் இரண்டு வகையினர் இருக்கிறார்கள். கானலை நீராகக் கண்டு ஏமாந்து போகிறவர்கள் ஒரு வகை; அது கானல்தான் என்று தெரிந்து கொண்ட பிறகும் அதைப் பார்க்கிறவர்கள் ஒரு வகையினர். இரண்டு பேருக்கும் கானல் தோற்றம் இருக்கும். அவர்கள் கண் பார்வையில் வேறுபாடு இல்லை. ஆனால் அவர்களுடைய கருத்தில்தான் வேறுபாடு இருக்கிறது. கானல்

என்று உணராதவன் நீர் என்று எண்ணிப் பார்த்துக் கொண்டிருப்பான். கானல் என்று தெரிந்து கொண்டவன் அது வெறும் கானல் என்பதை உணர்ந்திருப்பான். இரண்டு பேருடைய கண்ணுக்கும் தோன்றும் தோற்றம் ஒன்றுதான். ஆனால் உணர்விலே வேறுபாடு உண்டு. அதுபோல் உலகத்தில் வளைய வருகின்ற நமக்கு நடக்கின்றன எல்லாம் உண்மை என்று தோற்றும். அதே உலகத்தில் இருக்கும் ஞானிக்கும் அந்தத் தோற்றம் உண்டு. ஆனால் அவை யாவும் வெறும் தோற்றந்தான் என்ற தெளிவு அவனிடம் இருக்கும்.

மெய்யும் பொய்யும்

நாம் ஒரு சினிமாப் படத்தைப் பார்த்துக் கொண்டிருக்கிறோம். சினிமாக் கதையில் சண்டை நடக்கிறது. அதைப் பார்த்துக் குழந்தை வீல் என்று அழுகிறது. யாரோ கதையில் இறந்து போகிறாள். நாலு பேர் சேர்ந்து அழுகிறார்கள். நமது குழந்தையும் அழுகிறது. அதற்கு அங்கே நடப்பது வெறும் தோற்றம் என்ற அறிவு இல்லை. நமக்கோ அது நன்றாகத் தெரியும். சண்டை நடந் தாலும், சாவு நடந்தாலும் நாம் அஞ்சுவதும் இல்லை; அழுவதும் இல்லை. நாம் எப்பொழுதும் போலவே அமர்ந்திருக்கிறோம். உலக இயலில் குழந்தையைப் போல இருப்பவர்கள் நாம். பெரியவர்களைப் போல இருப்பவர்கள் ஞானிகள். அவர்கள் எப்போதும் நடுநிலையில் இருப்பார்கள்.

அறிவும் அறியாமையும்

நாம் தூங்கும்போது ஒன்றும் அறியாமல் தூங்குகிறோம். விழித்திருக்கும்போது எல்லாவற்றையும் கண்டு உவகையால் துள்ளி, துக்கத்தால் சாம்பிக் கொண்டிருக்கிறோம். ஞானிகளுக்கோ தூக்கம், விழிப்பு இரண்டும் ஒன்றுதான். தூக்க நிலையைக் கேவ லம் என்றும், விழிப்பு நிலையைச் சகலம் என்றும் சொல்வார்கள். அவர்கள் இந்த இரண்டு அவஸ்தைகளையும் கடந்தவர்கள். தூக்கத்தில் எப்படி இந்திரியங்கள் எல்லாம் அடங்கி நாம் தூங்குகிறோமோ

அப்படி அவர்கள் விழித்துக் கொண்டிருக்கும்போது இருக்கிறார்கள். விழித்திருந்தாலும் அவர்கள் மனம் அலையாது. அவர்களுக்குத் தூக்கமும் இல்லை; விழிப்பும் இல்லை. இரவும் இல்லை; பகலும் இல்லை.

அறிவு, அறியாமை என்ற இரண்டு வேறுபாடுகள் நம்மிடத்தில் இருக்கின்றன. இந்திரியங்களால் ஒன்றை அறிந்து கொள்வது கூட ஒரு வகை அறிவுதான். அறிவும் அறியாமையும் அற்ற இடத்தில் இருப்பவர்கள் பெரியவர்கள்.

"அறிவு அற்று அறியாமையும் அற்றதுவே"

என்று கந்தர் அநுபூதியில் அருணகிரியார் பாடுகிறார். அறிவு என்பது சகலம்; அறியாமை என்பது கேவலம். அறிவு என்பது பகல்; அறியாமை என்பது இரவு. அறிவு என்பது தெளிவு; அறியாமை என்பது மயக்கம். இந்த இரண்டும் இல்லாத நடு நிலை இரவும், பகலும் அற்ற நிலை. அந்த நடு நிலையில்தான் மனம் அடங்கி இருக்கும். கடவுளுடைய திருவுருவம் நன்றாகப் பதியும். அத்தகைய இடம் ஒன்றை எனக்குக் காட்டி, தியானம் பலிக்கும்படியாகச் செய்ய வேண்டும்' என்ற விண்ணப்பத்தை அருணகிரியார் சொல்கிறார்.

இராப்பகல் அற்ற இடம் காட்டி யான் இருந்தே துதிக்கக்
குராப்புனை தண்டையந் தாள் அருளாய்.

இரண்டு விதத் தடை

தியானம் பண்ண உட்கார்ந்தால் நமக்கு இரண்டுவிதமான தடைகள் வரும். பெரும்பாலான தடை புறத்திலிருந்து வருவது. பூசை பண்ண உட்காருவான். வாசலில் செருப்புத் தைக்கிறவன் பேசுகிற பேச்சும், உள்ளே குழந்தை விளையாடுகிற விளை யாட்டு ஒலியும், அழுகைச் சத்தமும் வந்து பாதிக்கும். அது ஏன், இது ஏன் என்று கேட்டுக் கொண்டே ஜபம் செய்வான்.புறத் திலிருந்து வருகிற ஒலிகள் நம்முடைய மன ஒருமைப் பாட்டைக் குலைக்கும். இவைகள் எல்லாம் காதில் படாமல் ஏதாவது ஒரு தனி அறையில் போய்

உட்கார்ந்தால் அப்போது பல நினைவுகள் உள்ளிருந்து தோன்றும். மனம் எங்கேயாவது போய் நிற்கும். யாரோ ஒருவரிடம் கடன் வாங்கினது அப்போதுதான் நினைவுக்கு வரும். பத்து வருஷங்களுக்கு முன்பு நிகழ்ந்த நிகழ்ச்சி திடீரென்று வந்து நிற்கும். முதல் நாள் போயிருந்த வீட்டின் முற்றத் தில் போய் மனம் நிற்கும். இப்படிப் புறத்திலிருந்தும், உள்ளத் திலிருந்தும் பலபல தடைகள் வந்து தாக்கும். மனம் ஒருமைப் படுவது மிகவும் அருமையாக இருக்கும்.

தூக்கம்

எப்படியோ இந்த எண்ணங்களை எல்லாம் மாற்றி, காதில் சப்தம் விழுந்தாலும் கேட்காதபடி மனத்தை ஒருமைப்படுத்து கிறோம். அப்போதும் ஓர் ஆபத்து இருக்கிறது. மனம் ஒருமைப்படுவது போலத் தோன்றிப் பிறகு தூக்கம் வந்துவிடும். தூங்குகிறவனுக்கு எந்தவிதமான சப்தமும் கேட்காது. உட்கார்ந்தபடியே தூங்கத் தலைப்பட்டால் தியானம் எங்கே உருப்படப் போகிறது? ஆண்டவனுடைய திருவுருவத்தைப் பற்றிக் கொண்டு மற்றவற்றை எல்லாம் மறந்து நின்றால் மட்டுமே எவ்விதத் தடையும் வராது; தூக்கமும் வராது. ஆனால் அந்த நிலை வருவது மிகவும் கடினமானது. பல பல எண்ணங்களை எண்ணுவதும், புறத்திலிருந்து வருகிற ஒலிகளைக் கேட்பதும் ஆகிய இவைகள் உள்ள நிலை ஜாக்கிர நிலை. தூக்கம் வருவது கேவல நிலை. இந்த இரண்டையும் சகலகேவலம் என்று சொல்வார்கள். ஒன்றையே பற்றி நின்று தியானிக்கும்போது சகல கேவலம் அற்ற நிலை உண்டாகும். அதையே இரவு பகல் அற்ற இடம் என்று அருண கிரியார் சொல்கிறார். அந்த இடத்தில் வெளியிலிருந்து வரும் தடைகளும் இரா. உள்ளே இருந்தும் எந்தத் தடையும் வராது. தூக்கமும் வராது. மனம் ஒருமைப்பட்டு இறைவனுடைய திருவருள் தியானத்தில் ஈடுபட்டால் தூக்கத்திற்கு இடம் இல்லை.

சகல கேவலம் அற்ற நிலை

அந்த மாதிரி ஒரு நிலையை எதையேனும் உபமானம் சொல்லி விளக்க முடியாது. அதை அநுபவித்துத்தான் தெரிந்து கொள்ள முடியும். ஒரு பெரிய சொத்தை எளிதில் பெற்றவனுக்கு இராத்திரியில் தூக்கம் வருவது இல்லை. ஆனால் அவன் மனம் மிகவும் உற்சாகத்தோடு இருக்கும். அதைப் போன்ற நிலை என்று சொல்லலாம். ஆனால் அது கூடச் சரியான உபமானமாகாது. மன நிறைவு பெற்ற போது அதிக அலைச்சல் இல்லாத நிலையில் மனம் இருக்கும். அது போன்றது என்று சொல்லலாம். அதுகூடச் சரியான உவமையாகாது. மனம் அலையாமல், எதையும் நினை யாமல், தூக்கம் கொள்ளாமல் ஒன்றையே பற்றிக் கொள்ளும் நிலை அது. இரவு பகல் அற்ற அந்த இடத்தை நீ எனக்குக் காட்ட வேண்டுமென்று அருணகிரியார் பிரார்த்திக்கிறார்.

இராப்பகல் அற்ற இடம் காட்டி,

துதித்தல்

அந்த இடத்தை அவன் காட்டினால் போதுமா? அந்த இடத்தில் நின்று என்ன செய்ய வேண்டும்?

யான் இருந்தே துதிக்க.

இரவும் பகலும் அற்ற இடத்தைக் காட்டி, நான் அந்த இடத்தில் இருந்து உன்னைத் துதிக்கும்படியாகச் செய்ய வேண்டும் என்கிறார். இறைவன் திருவருளால் கிடைக்கிற இரவும் பகலும் அற்ற இடத்தில் மயக்கம் இராது. புற எண்ணங்கள் மோதா. சகல கேவலம் கடந்த நிலை உண்டாகும். அந்த இடத்தில் நாம் நிற்க வேண்டுமானால் எதையாவது பற்றிக் கொள்ள வேண்டும்.

பற்றுக்கோடு

இராப்பகல் அற்ற இடம்காட்டி
யான்இருந்தே துதிக்கக்
குராப்புனை தண்டையந் தாள் அருளாய்

எம்பெருமானுடைய திருவடியைப் பற்றிக் கொண்டால் இராப்பகல் அற்ற இடத்தில் நெடுநேரம் இருக்கலாம்.

முருகனுடைய பாதம் குரா மலரையும், தண்டையையும் அணிந்திருக்கிறது. குரா முருகப் பெருமானுக்குரிய மலர். தண்டை உமா தேவியார் தன் குழந்தைக்கு அணிந்த ஆபரணம். அவன் தன்னுடைய அன்னை சூட்டிய தண்டையை மாத்திரம் அணிந்திருக்கவில்லை; அதோடு அன்பர்கள் பூசிக்கின்ற குரா மலரையும் அணிந்திருக்கிறான். அன்னை புனைந்த தண்டை மிகச் சிறந்தது. அதனுடன் அன்பர் புனைந்த குரா மலரையும் அணிந்திருக்கிறான். அத்தகைய திருவடியை நீ தரவேண்டு மென்று பிரார்த்திக்கிறார்.

அந்தத் திருவடி எதற்காக? மனம் பற்றிக் கொள்வதற்காக. மனம் ஓரிடத்தில் நிற்க வேண்டும். எதையும் பற்றிக் கொள்ளாமல் அது நிற்காது. ஒன்றையும் பற்றிக் கொள்ள முடியவில்லை யென்றால் தூக்கம் வந்துவிடும். அல்லது பலவற்றைப் பற்றிக் கொண்டு வீதியில் போய்க் குறும்பு செய்யும். இந்த இரண்டு நிலையும் இல்லாமல் கட்டுப்பட வேண்டுமானால் அதை ஒன்றோடு சேர்க்க வேண்டும். அது ஆண்டவனுடைய திருவடி. "உன் திருவடியை என் உள்ளத்தைக் கட்டும் தறியாக ஆக்கிக் கொள்ள வேண்டும்" என்பது போலச் சொல்கிறார்.

இராப்பகல் அற்ற இடம் கிடைத்தால் மட்டும் போதாது. அங்கே இருக்க வேண்டும். இருப்பதாவது உடம்பும் உள்ளமும் அலையாமல் அமைந்திருப்பது. பின்பு துதிக்க வேண்டும். அங்கே, துதித்தல் என்பது தியானத்தைக் குறிப்பது. அமைதியாக இருந்து தியானம் செய்ய வேண்டும். அப்படித் தியானம் செய்வ தற்கு ஒரு பற்றுக் கோடு வேண்டும்.

நல்ல இடத்தில் உட்கார வைத்து, அமருவதற்கு ஏற்ற வசதியும் செய்து, துதிப்பதற்கு முயற்சியும் செய்யச் செய்துவிட்டால் பயன் இல்லை. இவ்வளவுக்கும் லட்சியமாகிய அல்லது பற்றுக் கோடாகிய ஒரு பொருள் வேண்டும். அதுதான் குராப்புனை தண்டையந்தாள்.

நான் இருந்தே துதிக்க

என்று சொல்கிறார். இருத்தல் என்பதற்கு உடம்பு அசையாமல் இருப்பது என்பது மாத்திரம் பொருள் அன்று. மனத்தாலும் சஞ்சாரம் செய்யாமல் அமைதியாக இருத்தல் என்று பொருள் கொள்ள வேண்டும்.

"மனம் அடங்கும் திறத்தினில் ஓரிடத்தே இருந்தறியேன்"

என்று இராமலிங்க சுவாமிகள் இந்த நிலையைச் சொல்கிறார்.

மனம் அடங்கும் வகையில் ஏதாவது ஓரிடத்தில் அமர்ந் திருக்க வேண்டும். அட்டாங்க யோகத்தில் மூன்றாவது பயிற்சி யாக ஆசனத்தைச் சொல்வார்கள். இயமம், நியமம், ஆசனம் என்று வரும். மனம் சூட்சுமமாக இருப்பது. அதைப் பக்குவப் படுத்தி ஒரு நிலையில் வைப்பதற்குச் சாதனம் செய்ய வேண்டும். அமைதியாக அமர்ந்து பயிற்சி செய்ய வேண்டும்.

தாள் அருளாய்

குழந்தையிடத்தில் காகிதம் கொடுத்தாலும் கிழித்து எறிந்து விடும்; நூறு ரூபாய் நோட்டைக் கொடுத்தாலும் கிழித்துவிடும். வெறும் காகிதத்திற்கும், நூறு ரூபாய் நோட்டுக்கும் உள்ள வேறுபாடு அதற்குத் தெரியாது. இரண்டுக்கும் உள்ள வேறுபாடு தெரிந்து நூறு ரூபாய் நோட்டின் மதிப்பை உணரச் செய்த பிறகு கொடுத்தால் அது அதனை மிகவும் அக்கறையோடு பாதுகாக்கும். அவ்வாறு, அமைதியற்ற மனத்தோடு இருக்கும்போது இறைவன் திருத்தாளைக் கொடுத்தால் அதனால் பயன் வராது. அந்தத்

தாளின் மதிப்பை உணர்ந்து பயன்படுத்திக் கொள்ளாமல் போய் விடுவோம். ஆகவே, முதலில் மனத்தில் அமைதியைத் தந்து அப்புறம் இறைவன் திருத்தாளைத் தர வேண்டும். அமைதி உண்டாகக் கூடிய இடந்தான் இராப்பகல் அற்ற இடம். அதனைத் தந்து, பின்பு அமைதியாக இருந்து துதிக்கச் செய்து, அப்புறம் தண்டையந் தாள் தரவேண்டுமென்று முறைப்படுத்தி விண்ணப்பம் செய்கிறார்.

"என் மனம் நடுநிலையை அடைந்திருக்கும் இராப்பகல் அற்ற இடத்தை நீ காட்ட வேண்டும். இடம் காட்டினால் மட்டும் போதாது. அந்த இடத்தில் செய்வதற்குரிய செயல் வேண்டும். அந்தச் செயலுக்குப் பற்றுக் கோடாக உன் திருவடியையும் நீ தந்து அருள வேண்டும்" என்கிறார்.

இவ்வாறு சகல கேவல் நிலையின்றி அமைதியான பாங்கில் ஆண்டவனைத் தியானித்து அவன் திருவடியைப் பற்றிக் கொள்ளு தல் பேரின்பத்திற்கு வாயில். இதனைப் பெற வேண்டுமென்று பிரார்த்தித்த அருணகிரியார் அடுத்தபடியாக முருகப் பெருமானைப் புகழ்கிறார்.

2

திருமால் முருகனைப் புகழ்தல்

கரி கூப்பிட்ட நாள்
கராப்படக் கொன்று அக் கரி போற்ற நின்ற
கடவுள்மெச்சும்
பராக்ரம வேல, நிருத சங்கார, பயங்கரனே!

ஆண்டவனைத் தரிசனம் பண்ணப் போகிறார் அருணகிரியார். அங்கே ஒரு தனிக் கோயிலில் முருகன் எழுந்தருளியிருக்கிறான். அவர் கோயிலுக்குள் நுழையும் போது உள்ளே இருந்து பேச்சுக்குரல் வெளியே கேட்கிறது. அது அவர் காதிலும் விழுகிறது. 'நமக்கு முன்னே யாரோ ஒருவர் வந்து எம்பெருமானுடன் பேசிக் கொண்டிருக்கிறார்கள் போல இருக்கிறது' என்று சற்றுத்

தயங்கித் தயங்கி நிற்கிறார். உள்ளே குரல் கேட்கிறது, "எம்பெருமானே, உலகத்தினர் விஷயம் தெரியாமல் உலகத்தை எல்லாம் காப்பாற்றுகிறவன் நான் என்று என்னைப் புகழ்ந்து கொண்டிருக்கிறார்கள். ஆதிமூலமே என்று கதறிய யானைக்கு நான் உயிர்ப் பிச்சை அளித்தேன் என்று அந்த உலகத்தார் சொல்கிறார்கள். அந்த யானை என்னை நினைந்து அழுதது. என் பெருமையை விடப் பெரியது உன் பெருமை என்று எனக்குத் தெரியாதா? இன்று மூன்று உலகமும் நிலைபெற்று நிம்மதியாக வாழ்ந்து கொண்டிருக்கிற தென்றால் அது உன் பராக்கிரமச் செயலால் அல்லவா? நானும், பிரம்மாவும், மற்றவர்களும் சூர பன்மனுக்கு வரம் கொடுத்து அவனைப் பலசாலியாக்கினோம். பின்பு அவன், தீட்டிய கட்டையிலேயே கூர் பார்க்கிறது போல, எங்களையே எதிர்த்தான். இந்திரன் நடுநடுங்கிப் போனான். எங்களால் அவனைக் காப்பாற்ற முடியவில்லை. நீ உன்னுடைய பெரு வீரத்தினால் சூரபன்மனைச் சங்காரம் செய்து மீட்டும் அமராவதியை அமராவதியாக்கினாய். இமையவர் நாட்டினில் நிறைகுடி ஏற்றி உன் வெற்றிக் கொடியை நாட்டினாய். இந்தப் பெருமையை நான் அறியமாட்டேனா?" என்று சொல்லிக் கொண்டிருக்கிறார். அவர் சொல்கிற வார்த்தையிலிருந்து உள்ளே இருக்கிறவர் திருமால் என்று தெரிகிறது. தம்முடைய மாப்பிள்ளையை அவர் நன்கு அறிந்து புகழ்ந்து கொண்டிருக்கிறார். அந்தத் திருமால் எத்தகையவர்?

திருமாலின் பெருமை

கரி கூப்பிட்ட நாள்
கராப்படக் கொன்று அக் கரிபோற்ற நின்ற கடவுள்.

திருமால் மிகச் சிறந்தவர். உலகத்திற்கு ஆதியாகிய கடவுள் யார் என்ற கேள்விக்குத் திருமால் என்று சிலர் விடை சொல்வார்கள். சிவபெருமான்தான் என்று வேறுசிலர் சொல்வார்கள். ஆதி மூலமே என்று அழைத்த யானைக்கு முன்னே திருமால் வந்து நின்றார். அவரே எல்லாவற்றுக்கும் மூலமான பரம்பொருள் என்று கசேந்திரன் கதையைச்

சொல்லித் திருமாலின் பெருமையை எடுத்துக் காட்டுவார்கள். 'யானையே சாட்சி சொல்லியிருக்கிறதே; ஆதிமூலமே என்று அது கூறும்போது பிரம்மா காப்பாற்ற வந்தானா? ருத்திரன் வந்தானா? அந்தப் பெயருக்கு உடையவன் நான்தான் என்று திருமால் எழுந்தருளிக் காப்பாற்றினார். அவரே எல்லோருக்கும் மூலக் கடவுள்' என்று பக்தர்கள் சொல்கிறார்கள். இதைக் கம்பன் பாடுகிறான்.

"கடுத்தகராம் கதுவநிமிர் கையெடுத்து மெய்கலங்கி
உடுத்ததிசை அனைத்தினுஞ்சென்
றொலிகொள்ள உறுதுயரால்
அடுத்தபெருந் தனிமூலத் தரும்பரமே பரமே என்று
எடுத்ததொருவா ரணம் அழைப்ப நீயோவந் தேனென்றாய்."

"ஒரு வாரணம் அழைப்ப நீ தானே வந்தாய்?" என்று கேட்கிறார். இப்படி விராதன் துதித்ததாகக் கம்ப ராமாயணத்தில் வருகிறது. யானையின் புலம்பல் எட்டுத் திசைகளிலும் எதிரொலித்ததாம். எல்லாத் தேவர்களுடைய காதிலும் கேட்டிருக்கும். ஆனாலும் அப்போது வந்து காப்பாற்றினவர் திருமாலே. இந்தக் கதையை மனத்தில் கொண்டு,

கரி கூப்பிட்ட நாள் கராப்படக் கொன்று

என்று அருணகிரியார் சொல்கிறார். அதனைக் காப்பாற்றிய திரு மாலை நன்றி உணர்வு பொங்க அந்த யானை போற்றி நின்றதாம்.

அது போற்றும்படி செய்து உலகத்திற்குக் கருணை புரிந்து நிலை நிற்கிற கடவுள் திருமால்.

அக் கரி போற்ற நின்ற கடவுள்.

கசேந்திரன் வரலாறு

அந்த யானை எது தெரியுமா? பாண்டி நாட்டில் திருமா லிடத்தில் பக்தி உடையவனாக இந்திரத்யும்நன் என்ற அரசன் இருந்தான். அவன் அகத்தியர் சாபத்தால் யானையானான். ஒவ்வொரு நாளும் ஆயிரம் தாமரையைப் பறித்து வந்து திருமாலை வழிபடும் வழக்கம் உடையது அந்த யானை. அதற்குத் திருமாலை வழிபட வேண்டுமென்ற அறிவு இருந்தது. அதனை முதலை பற்றிக் கொண்டவுடன் திருமாலை எண்ணி ஆதி மூலமே என்று கூப்பிட்டது. அப்போது திருமால் ஓடி வந்தார். முதலையைச் சங்கரித்து யானையை மீட்டார். முதலையின் வாயிலிருந்து விடுதலை பெற்ற யானை திருமாலைத் தோத்திரம் செய்தது. இப்படி ஆபத்தில் இருந்த யானையைக் காத்து அது செய்த துதிகளைக் கேட்டுப் பெருமையோடு நிற்கிறவர் திருமால். "அவ்வளவு பெருமையுடைய திருமாலே மெச்சும்படியாக விளங்குகிறவன் எங்களுடைய வேலாயுதக் கடவுள்" என்று சொல்கிறார் அருணகிரியார்.

கரி கூப்பிட்ட நாள்
கராப்படக் கொன்றுஅக் கரிபோற்ற நின்ற கடவுள் மெச்சும் பராக்ரம வேல!

படியின் மேற்படி

இங்கே அருணகிரியார் திருமாலின் புகழை இவ்வளவு சொல்கிறாரே; ஏன்? ஒருவனை லட்சாதிபதி என்று சொல்கிறோம். அதனால் அவன் புகழ் தெரிகிறது. அவன் பெருமையை முதலில் சொல்லிவிட்டு, "அவனைவிட இவன் பணக்காரன்" என்று இவனைச் சுட்டினால் பின்னும் இவன் பெருமை விட்டு விளங்கும். ஒரு பொருளின் உயர்வை மிகவும் எடுத்துச் சொல்லி, அதைவிட உயர்ந்தது இது என்றால் பின்னதன் உயர்வைச் சொல்லாமலே தெரிந்து கொள்ளலாம். இது ஒருவகையான உத்தி. கம்பர் இந்த உத்தியைப் பல இடங்களில் ஆளுகிறார். கோசலையின்

பெருமையைக் குகன் தெரிந்துகொள்ள வேண்டுமென்று பரதன் பேசுகிறான். "உலகம் பெரியது. அதை உண்டாக்கிய பிரமன் அதைவிடப் பெரியவன். அந்தப் பிரமனைத் தந்த திருமால் அவனைவிடப் பெரியவன். அவனைப் பெற்ற கோசலை பின்னும் பெரியவள்" என்று அடுக்கடுக்காகச் சொல்கிறான்.

"கோக்கள் வைகும்
முற்றத்தான் முதல்தேவி, மூவுலகு மீன்றானை
முன்னீன் றானைப்
பெற்றத்தாற் பெறுஞ்செல்வம் யான்பிறத்த
லால்துறந்த பெரியாள்."

பல பெரிய பொருள்களை முதலில் காட்டி அவற்றுக்கெல்லாம் மேலான பெருமை உடையவள் என்று பரதன் குறிப்பிக்கிறான். இவ்வாறு படியின் மேல் படியாக உயர்த்தி வைத்துக் காட்டுவது ஓர் அழகு. அந்த வகையில் அருணகிரியார் திருமாலின் பெருமையைக் கூறி அதற்குமேல் ஒரு படி கட்டி, முருகப் பெருமானுடைய புகழை வைத்துக் காட்டுகிறார்.

ஏதேனும் ஒன்றைப் பாராட்ட வேண்டுமானால் அந்தத் துறையில் வல்லவர்கள் தாம் பாராட்ட வேண்டும். சங்கீதம் தெரியாதவன் கழுத்துச் சுளுக்குத் தலையை ஆட்டினாலும் அதனால் பயன் இல்லை. உண்மையாக இசையின் சுவை தெரிந்தவன் நயம் தெரிந்து தலையை ஆட்டினால் அதற்குப் பொருள் உண்டு. கலைஞர்களுக்கும் மகிழ்ச்சி உண்டாகும். முதலையைக் கொன்று கசேந்திரனைக் காப்பாற்றிய பெருவீரராகிய திருமால் முருகப் பெருமானுடைய பராக்கிரமத் தைப் போற்றுகிறார். இதனால் முருகப் பெருமானுடைய பராக்கிரமத்தின் பெருமை நன்கு விளங்குகிறது.

பராக்கிரமம்

இறைவனுக்கு இரண்டு வகை ஆற்றலுண்டு: அருள் நிரம்பிய பல திருவிளையாடல்களைச் செய்வது; வீரம் காட்டி அல்லாதவர்களை அழிப்பது. முதலில் சொன்னதைத் திருவிளையாடல் அல்லது லீலை என்றும், பின்னால் சொன்னதைப் பராக்கிரமம் என்றும் சொல்வார்கள். இரண்டும் ஆண்டவன் அருட் செயல்களே. ஆனால் முன்னது நயமாகத் தோன்றுகிறது; பின்னது பயமாகத் தோன்றுகிறது. இரண்டையும் முறையே அறக் கருணை, மறக் கருணை என்று சொல்வார்கள். அறக் கருணை அநுக்கிரகம்; மறக்கருணை நிக்கிரகம். அநுக்கிரக நிக்கிரகமாகிய இரண்டும் ஒரு வகையில் இறைவன் பராக்கிரமத்தைச் சொல்லும். இங்கே முருகப்பெருமான் எல்லோரையும் விடச் சிறந்த பராக்கிரமம் உடையவனாக இருக்கிறான். அவன் கையில் அவன் பராக்கிரமத்திற்கு அடையாளமாக வேல் விளங்குகிறது.

நிருத சங்கார பயங்கரன்

அசுரர்களைச் சங்காரம் செய்தவன் அவன். அவர்களுக்குப் பயத்தைத் தோற்றுவிக்கிறவன். உலகத்தவருக்குப் பயத்தை உண்டாக்கி ஞானிகளுக்கும், தேவர்களுக்கும் துன்பத்தை அளித்தவன் சூரன். தன்னுடைய உறவினர்களாகிய அசுரர்களைப் படையாகக் கூட்டிக் கொண்டு எப்போதும் துன்பம் செய்து கொண்டிருந்தான். அவன் பேரைக் கேட்டாலே இந்திரன் முதலிய தேவர்கள் பயந்தார்கள். எல்லோருக்கும் பயத்தை உண்டாக்கித் தாம் மட்டும் பயப்படாமல் இருந்த நிருதர்களும் பயம் கொள்ளும்படி செய்தவன் முருகன்.

நிருதசங் கார பயங்கரனே!

"சிறந்த வீரராகிய திருமால் போற்றுகின்ற பெரு வீரனே, உண்மையான வீரத்தை உணர்ந்த அக் கடவுள் மெச்சிப் பேசுகின்ற பராக்கிரமத்தையுடைய வடிவேற் பெருமானே, அசுரர்கள் பயம் கொள்ளும்படியாகச் செய்து அவர்களைச்

சங்காரம் செய்த பெருமானே, நீ எனக்கு இராப்பகலற்ற இடத்தைக் காட்டி நான் அமைதியாக இருந்து தியானம் செய்து உய்வதற்குரிய உன் னுடைய தண்டையந் தாளைத் தர வேண்டும்" என்று இந்தப் பாட்டில் அருணகிரியார் பிரார்த்தனை செய்கிறார்.

இராப்பகல் அற்ற இடம்காட்டி
யான்இருந் தேதுதிக்கக்
குராப்புனை தண்டையந் தாள்அரு
ளாய்; கரி கூப்பிட்டநாள்
கராப்படக் கொன்றுஅக் கரிபோற்ற
நின்ற கடவுள்மெச்சும்
பராக்ரம வேல, நிருதசங்
கார, பயங்கரனே.

[இரவும் பகலுமாகிய சகல கேவலம் கடந்த நடுநிலையான இடத்தைக் காட்டி யான் அங்கே நிலையாக அமர்ந்து துதிக்கும் படியாகக் குராமலரை அணிந்த தண்டையோடு கூடிய அழகிய நின் திருவடியை அருள்வாயாக; ஆதிமூலமே என்று கசேந்திரன் அழைத்தபோது அதன் காலைப் பற்றி இழுத்த முதலையைக் கொன்று, அழைத்த கசேந்திரன் துதிக்கும் வண்ணம் அதன் முன்னே நின்று காட்சி தந்த கடவுளாகிய திருமால் புகழுகின்ற பராக்கிரமத்தை உடைய வடிவேற் பெருமானே, அசுரர்களைச் சங்காரஞ் செய்தவனே, அவர்களுக்குப் பயத்தை உண்டாக்குபவனே!

இராப்பகல் - சகல கேவல அவஸ்தைகள். இடம் என்றது நிலையை. இருந்து - அமைதியாக இருந்து. கரா - முதலை. பட-இறக்க. கடவுள் - திருமால். நிருதர்-அசுரர்.

வேல, சங்கார, பயங்கரனே,தாள் அருளாய் என்று முடித்துப் பொருள் கொள்க.]

முருகன் திருவருளால் தியானம் பலிக்க வேண்டும் என்பது கருத்து.

கண்ணாரக் காணும் காட்சி

நமக்காக அருணகிரிநாதர், "நான் தியானம் பண்ணும்படி உன் திருவடியைத் தரவேண்டும்'' என்று பிரார்த்தித்த பாட்டைப் பார்த்தோம். மறுபடியும் அருணகிரியார் தாம் பெற்ற அநுபவத்தைச் சொல்ல வருகிறார். முதல் பாட்டில் இறைவன் கோலம் தம் உள்ளம் குளிரக் குதிகொண்ட அதிசயத்தைச் சொன்னார். அதற்கு மேற்பட்ட அநுபவம் ஒன்றை இப்போது சொல்லப் போகிறார்.

புறத்தோற்றமும் அகத்தோற்றமும்

நாம் கண்ட கண்ட பொருளைப் பாராமல் இறைவன் திருவுருவத்தைக் கண்ணால் நன்றாகக் காண வேண்டும். திருக்கோயிலுக்குச் செல்லும் போது இறைவனோடு தொடர்புள்ள பொருள்களைப் பார்க்கிறோம். புறத்தில் உள்ள தெய்வங்களைப் பார்த்துக் கொண்டு உள்ளே இருக்கும் மண்டபத்திற்குள் நுழைந்து, கடைசியில் இறைவன் திருமுன் நிற்கிறோம். அவனுடைய திருவுருவத்தைத் தீபாராதனை செய்யும்போது பார்க்கிறோம். அப்படிப் பார்க்கும் போது அந்த உருவம் நம்முடைய உள்ளத்தில் நிற்கும் படி பார்க்க வேண்டும். புறத்தில் காணும்போதே கண்ணை மூடிக் கொண்டு அந்த உருவத்தை உள்ளே பதித்துக் கொள்ளப் பழக வேண்டும். இப்படி நாளடைவில் பழகப் பழகக் கண்ணை மூடிக் கொண்டால் அந்தத் திருவுருவம் உள்ளே தோன்றும் நிலை உண்டாகும்.

ஏதோ ஒருநாள் பார்த்துவிட்டு வந்த மாத்திரத்தில் நம் உள்ளத்தில் அந்த உருவம் நில்லாது. நம்முடன் மிகவும் நெருங்கி வாழுகின்ற மனைவியைக் கூடத் தனியே இருந்து

நினைத்தால் அவள் உருவம் அப்படியே தோன்றுவது இல்லை. மனத்திற்குத் தெளிவாகக் காணும் நிலை கிடையாது என்று சொல்ல முடியாது. கனவில் அதே மனம் பல பொருள்களைக் காணும்போது அவை மிகத் தெளிவாகவே தோற்றுகின்றன. அதற்குக் காரணம் : மற்ற இந்திரியங்கள் வேலை செய்யாமல் மனம் அப்போது தனி நின்று காண்கிறது. அப்படித்தான் புறத்திலுள்ள ஒலி முதலியவற்றில் உள்ளத்தைச் செலுத்தாமல், மனத்திலே வேறு எண்ணங்களைக் கொள்ளாமல், புறத்தில் கண்ணால் கண்ட திருவுருவத்தை உள்ளத்தில் பதித்துக் கொள்ளப் பழக வேண்டும். அப்படிப் பழகினால் ஆண்டவன் கோயிலை விட்டு வெளியே வந்து வேறு ஓரிடத்தில் தனியே உட்கார்ந்து கண்ணை மூடிக் கொண்டால், அந்த உருவத்தைப் பார்க்கலாம். பலகாலப் பழக்கத்தினால் உள்ளக் கிழியில் அந்தத் தோற்றம் வரும்படி செய்து கொள்ள லாம். அந்த நிலை வந்ததைத்தான், 'எம்பெருமான் தன்னுடைய திருவடி முதலியவற்றோடு வந்து குருவடிவாக என் உள்ளம் குளிரக் குதி கொண்டான்' என்று முதல் பாட்டில் சொன்னார். இது உள்முகத்தில் தோற்றுகின்ற தோற்றம். அந்தத் தோற்றம் வெளியிலும் தோற்றும் ஒரு தனி அநுபவத்தை இப்போது சொல்ல வருகிறார்.

அதைப் படித்தால் முதலில் நமக்கு விளங்காது. சில உதாரணங்களைக் கொண்டு பார்த்தால் தான் விளங்கும். பசி மிகுதியாக இருக்கிறவனுக்குக் கண் இருட்டிக் கொண்டு வருகிறதென்று சொல்கிறோம். இங்கே வெளியில் இருட்டு இல்லை; ஒளி நிரம்பியிருக்கிறது. இருந்தாலும் உடம்பில் உள்ள பலவீனம் மனத்திலுள்ள சோர்வு எல்லாம் சேர்ந்து வெளியில் உள்ள பொருள்கள் மறைந்து போகும்படி கண்ணில் வந்து தாக்குகின்றன. வெளியில் ஒளி சூழ்ந்திருக்கும் போதுகூட உள் முகத்தில் ஏற்படும் மாறுதல்களினால் கண் மறைந்து வெளியில் இருள் கப்பிக் கொண்டிருப்பது போலத் தோற்றும். இப்படியே, வெளியில் இருள் கப்பிக் கொண்டிருக்கும்போது சிலருக்குக் கருத்தில்

உள்ள ஒளியினால் புறத்தில் எல்லாம் ஒளிமயமாகத் தோற்றுவதும் உண்டு.

உருவெளித் தோற்றம்

ஏதாவது ஒரு பொருளிடத்தில் நமக்கு மிக்க ஆசை உண்டானால் அந்தப் பொருள் நம் மனத்தில் தோற்றும். அந்த ஆசை முறுகினால் மனத்திலே தோற்றுவதோடு நில்லாமல் புற வெளியிலும் தோற்றும். அப்படித் தோற்றும் தோற்றத்தை உருவெளித் தோற்றம் என்று புலவர்கள் சொல்வார்கள். அகத்தில் உள்ள காதல் மிகுதியாக ஆக அகத்தில் தோற்றும் தோற்றமே புறத்திலும் வந்து தோற்றுமாம்.

நாம் கூடச் சில சமயங்களில் சிலவகையான காட்சிகளைக் காணுகிறோம். சுவரில் ஏதாவது ஒரு மூளி இருந்தால் அந்த இடம் ஒட்டகமாகத் தோன்றும்; பெண் மாதிரித் தோன்றும். மற்றவர்களுக்கு அது தோன்றாது. ஓரிடத்தில் அழுக்குப் படிந்திருக்கும்; வட்டமாக இருக்கும். அதில் கண், காது, மூக்கு எல்லாம் நன்றாகத் தோன்றும்; ஒரு சித்திரம் போலவே தோற்றமளிக்கும். எல்லோருக்கும் அது தோன்றாது. நம்முடைய மனோபாவமே அப்படிக் காண்பதற்குரிய காரணம்.

காதல் மிகுந்தவர்களுக்கு உருவெளித் தோற்றம் தோன்றும் என்பதைப் பழைய இலக்கியங்கள் சொல்கின்றன. இணை பிரியாமல் வாழ்ந்த காதலனும், காதலியும் ஒருவரையொருவர் உருவெளியில் பார்க்கிறார்கள். காதலன் பொருளைத் தேடிக் கொண்டு போகிறான். அந்தக் காலத்தில் பிரிவினால் இரண்டு பேரும் வாடுவார்கள். காதலன் காதலியை நினைப்பான். காதலி காதலனை நினைப்பாள். அப்படி நினைக்கும்போது அவரவர்களுக்கு மற்றவரது உருவம் வெளியில் தோன்றுமாம்.

மனோ பாவம்

யாரோ ஒருவரை நாம் எதிர்பார்த்துக் கொண்டிருப்போம். வீதியில் நெடுந்தூரம் நம் பார்வையைச் செலுத்திக்

கொண்டிருப்போம். யாரோ ஒருவர் வந்து கொண்டிருப்பார். அவருடைய தோற்றம் நாம் பார்க்கிற ஆசாமியே என்று நினைக்கும் படியாக இருக்கும். ஆனால் பக்கத்தில் வந்தால் உண்மை புலனாகும். நாம் யாரை எதிர்பார்த்துக் கொண்டிருக்கிறோமோ அவருடைய பாவம் நம் மனத்தில் உறைந்திருப்பதனால் நாம் நெடுந்தூரத்தில் பார்க்கிறவரை நம்முடைய அன்பராகக் காண்கின்ற நிலை உண்டாகிறது.மனத்தில் உள்ள பாவந்தான் அதற்குக் காரணம். அது போலவே பரிபூரண அன்பு இருக்குமானால் ஒன்றும் இல்லாத இடத்திலும் நம்முடைய அன்புக்குப் பாத்திரமானவருடைய உருவம் தோன்றும். கம்ப ராமாயணத்தில் இப்படி ஒரு காட்சி வருகிறது.

இராமாயணக் காட்சி

சூர்ப்பணகையின் வாயிலாகச் சீதாபிராட்டியின் எழிலை ராவணன் கேட்டான். கேட்டவுடன் அந்தப் பிராட்டியிடம் ஆசை கொண்டான். அவன் சீதையைப் பார்த்ததில்லை. ஆனாலும் சூர்ப்பணகை வருணித்த வருணனையைக் கொண்டு எப்போதும் பிராட்டியின் நினைவாகவே இருந்தான். ஒரு நாள் அவனுக்குத் திடீரென்று வெளியில் ஒரு பெண்ணின் தோற்றம் தோன்றியது. அந்த அழகிய தோற்றத்தைக் கண்டவுடன், அவள் தான் சீதையாக இருக்க வேண்டுமென்று எண்ணினான். சீதையை நேரிலே கண்ட தன் தங்கையை அழைத்துக் காட்ட வேண்டுமென்று நினைத்தான். உடனே சூர்ப்பணகையை வரவழைத்தான். 'இவள்தான் நீ சொன்ன சீதையா? பார்" என்று புற வெளியைக் காட்டினான். அங்கே இருந்தது வெறும் வெளிதான். ஆனால் அவனுடைய உள்ளத்தில் இருந்த முறுகிய காதலால் சீதையாகத் தோற்றியது. சூர்ப்பணகைக்கோ இராமன் மேல் நினைவு இருந்தது. அந்தப் பெருமானைக் கண்ணாரக் கண்டு அவனிடத்தில் முறுகிய ஆசையைக் கொண்டிருந்தாள். தன்னுடைய உள்ளத்தில் அவனுடைய உருவத்தை எப்போதும் எண்ணிக் கொண்டு அவன் அருள் கிட்ட வில்லையே என்று வாடிக் கிடந்தாள். அவளை இராவணன்

இப்படி அழைத்துக் கேட்டவுன், அவள் தன் உள்ளத்திலுள்ள பாவத்தின் விளைவாக, "இவன்தான் அந்த வல்வில் இராமன்" என்றாள். வெறும் வெளியில் அவரவர்களுடைய மனோபாவத்திற்கு ஏற்றபடி உருவம் தோன்றியது என்று கம்பர் பாடுகிறார்.

அருணகிரியார் அநுபவம்

உருவெளித் தோற்றம் என்பது காண்பவருடைய பாவத்தினால் உணர்வதேயன்றி உண்மையானது அன்று. உள்ளத்தில் தோற்றுகிற தோற்றம் எதுவோ, அதுவே ஆர்வம் முறுகியிருப்பதனால் புறவெளியிலும் தோற்றுகிறது. வெறும் காமத்திற்கே இப்படி உருவெளித் தோற்றம் என்றால், உயிரோடு ஒட்டிய அன்புக்கு அத்தகைய தோற்றம் வருவது வியப்பு அன்று. உள்ளத்தில் எப்போதும் தியானம் பண்ணிக்கொண்டு இறைவனுடைய உருவத்தைக் காணும் இயல்புடைய பக்தர்களுக்குப் புறத்திலும் அந்தத் திருவுருவம் தோற்றும். இந்த அநுபவத்தைப் பெற்றவர் அருணகிரியார்.

மூன்று நிலை

இறைவனைத் தியானிப்பதில் மூன்று வகையான நிலை உண்டு. முதலாவது, இறைவனுடைய திருவுருவத்தைக் கோயிலில் காணும் போதே மனத்திலும் பதிவு கொள்ளும்படி காண்பது. அப்பொழுது கண்ணை மூடிக் கொண்டும் திறந்து கொண்டும் பார்ப்பதனால் இது சாத்தியமாகிறது. இது முதல் நிலை. அடுத்தது, கண்ணுக்கு முன்னால் எம்பெருமானின் திருக்கோலம் இல்லாதபோதும், கோயிலுக்குப் புறம்பே நெடுந்தூரத்தில் இருக்கும் போதும் கோயிலில் கண்ட திருவுருவத்தை அகக் கண்ணில் கண்டு நிற்பது. புறத்தில் முன்பு கண்ட திருவுருவமே இப்போது ஒளிபெற்று அகத்தில் தோற்றும். இது இரண்டாவது நிலை. பின்பு அகத்திலே கண்ட அந்த ஒளிமயமான திருக்கோலத்தை எங்கே நினைத்தாலும் அங்கே புறவெளியில் காண்பது. உள்ளத்தில் காணுகின்ற

காட்சியே இப்போது புறத்திலும் தோன்றும். இது மூன்றாவது நிலை. இதைச் சொல்கிறார் அருணகிரிநாதர்.

செங்கேழ் அடுத்த சினவடி வேலும் திருமுகமும்
பங்கே நிரைத்தநல் பன்னிரு தோளும் பதுமமலர்
கொங்கே தரளம் சொரியும்செங் கோடைக் குமரன்என
எங்கே நினைப்பினும் அங்கேஎன் முன்வந்து எதிர்நிற்பனே.

"எங்கே நினைத்தாலும் அவன் என் முன்னால் வந்து நிற்பான்" என்கிறார். முதல் பாட்டில் கூறிய அநுபவம்,

"என் உள்ளம் குளிரக் குதிகொண்டவே"

என்பது. அது உள்ளத்தில் தோன்றிய காட்சி.

எங்கே நினைப்பினும் அங்கேஎன் முன்வந்து எதிர் நிற்பனே

என்பது புறத்தில் தோன்றிய காட்சி.

கனவுக் காட்சி

நமக்கோ உள்ளத்தில்கூடச் சரியானபடி காட்சி கிடைக்கிற தில்லை. உள்ளத்தில் நினைந்து பழகினால் அது கனவில் மிகத் தெளிவாகக் காணும். ஆசார்ய சுவாமிகள் ஓரிடத்தில், "ஆண்டவனிடத்தில் பக்தி இருக்கிறதா என்பதைச் சோதித்துக் கொள்ளச் சொப்பனம் இருக்கிறது. சொப்பனத்தில் இறைவன் திருவுருவம் தோன்றினால் நம்முடைய பக்தி சிறந்தது என்று தெரிந்து கொள்ளலாம்" என்று சொல்லியிருக்கிறார்கள். நிறையப் பணம் வைத்துக் கொண்டிருப்பவர்கள், "எங்கே திருடன் வந்துவிடுவானோ?" என்று பகல் எல்லாம் பயந்து கொண்டிருக்கிறார்கள். அவர்களுக்குக் கனவில் திருடன் வருவான். எப்போதும் நினைவில் எது மிகுதியாக இருக்கிறதோ அது கனவில் வரும். அது போலவே எது இல்லை என்ற குறையுண்டோ அதுவும் கனவில் வரும். அதிகமாகப் பழகுகின்ற பொருளும் வரும்; எது கிடைக்க

வில்லை என்று நினைந்து ஏங்கி இருக்கிறோமோ அதுவும் வரும்.

இந்த இரண்டு வகையினால் ஆண்டவனுடைய சொரூபத்தை நாம் கனவில் காணலாம். அடுத்தடுத்து அவன் திருக்கோயிலுக்குச் சென்று அவன் திருவுருவ தரிசனம் செய்திருக்க வேண்டும். அல்லது, "எம்பெருமானே! உன்னுடைய திருவருள் கிடைக்கவில்லையே" என்று ஏங்கிக் கொண்டிருக்க வேண்டும். அப்படிச் செய்தால் அவனுடைய காட்சி கனவில் தோன்றும்.இவ்வாறு தோன்றுவது ஒரு வகை அநுபவம்.

இதை இராமலிங்க சுவாமிகள் ஒரு பாட்டில் சுட்டுகிறார்;

"பண்ணேறும் மொழிஅடியார் பரவி ஏத்தும்
பாதமலர் அழகினைஇப் பாவி பார்க்கின்
கண்ணேறு படும்என்றோ கனவி லேனும்
காட்டென்றால் காட்டுகிலாய்; கருணை ஈதோ!"

இதில் இராமலிங்க சுவாமிகள், ஏங்கினால் கனவில் காணலாம் என்ற உண்மையைப் புலப்படுத்துகிறார். நன்றாகக் கண்டு, நன்றாக உள்ளத்தில் வைத்துக் கனவிலும் கண்டு, பின்பு நினைக் கும்போது அதனைப் புறத்திலும் கண்டு ஆனந்தம் அடைவது சிறந்த பக்தர்களுடைய இயற்கை. மூன்றாவது நிலைதான் புறக் காட்சி. அதை இந்தப் பாட்டில் சொல்கிறார் அருணகிரியார்.

லிங்கமும் வேலும்

தன்னைக் கண்டு மனசில் கொள்ளவேண்டுமென்று கருதியே சிவலிங்கம் முதலிய எளிய உருவத்தை ஆண்டவன் ஏற்றருளி யிருக்கிறான். இறைவன் திருக்கரத்தில் மானும் மழுவும், திருமுடியில் பிறையும் கங்கையும் கொண்ட திருக்கோலத்தைக் கண்ட பிறகு மனசில் நினைத்துப் பார்த்தால் எளிதில் அந்தக் கோலம் பதியாது. அப்படியின்றிச் சிவலிங்கத்தையே பார்த்தால் அது எளிதில் பதியும். அதனைச்

சோதிமயமாகப் பார்க்கிற நிலை வந்துவிட்டால் பின்னும் சிறப்பாக இருக்கும். சிவலிங்கம் அருவுருவம் என்று சொல்வார்கள். அதாவது முழு உருவமும் அன்று; முழு அருவமும் அன்று. இரண்டு தன்மையும் ஒருங்கே கொண்டது என்று பொருள். கால், கண் முதலிய இல்லாமல் இருத்தலால் முழு உருவம் என்பதற்கில்லை; கண்ணால் காணும் படி இருப்பதனால் முழு அவம் என்று சொல்வதற்கும் இல்லை. ஆகையால் இரண்டுக்கும் நடுவில் அருவுருவம் என்று சொல் கிறார்கள். அந்த லிங்கம் மிக எளிதில் தியானத்தில் வைப்பதற்குரியது.

அப்படி முருகப் பெருமானை வழிபடுகிறவர்களுக்குத் தியானத்திற்கு எளிதாக இருக்கிற பொருள் ஒன்று உண்டு. அவன் திருக்கரத்தில் மின்வெட்டைப் போலத் தோற்றும் வேல் இருக்கிறது. திருவடியிலிருந்து திருமுடி வரைக்கும் தொடர்புடையது அது. அது மிகவும் எளிதில் நினைப்பதற்குரியது. முதலில் நினைவுக்கு வருவது அதுதான். முதலில் அது தோன்றுகிறது என்று அருணகிரியார் பாடுகிறார்.

செங்கேழ் அடுத்த சின வடிவேலும்.

செங்கேழ் - செய்ய நிறம். அதனைக் கொண்ட சினம் பொருந்திய வேல் அது. முருகனுக்கு உள்ளதை வேலின் மேல் ஏற்றிச் சொன்னபடி. உலகத்தினருக்குத் துன்பத்தைத் தரும் அசுர சக்தியிடம் உள்ள கோபம் அது.

அப்படியின்றிச் சின்னமான வடிவேல் என்றும் பொருள் கொள்ளலாம். முருகப் பெருமானுக்குரிய சின்னமாக அமைகின்ற வேல் என்பது அதற்குப் பொருள். முருகப் பெருமானுக்குப் பிரதிநிதியாக எழுந்தருளுகிற சின்னம் வேல். வேலில் முருகனை ஆவாகனம் பண்ணிப் பூசை பண்ணுவது பழங்கால முதல் உள்ள வழக்கம். இளங்கோவடிகள் சிலப்பதிகாரத்தில் முருகனுடைய திருக்கோயிலை வேற்கோட்டம் என்று குறிப்பிடுகிறார். வேலையே முருகனாக வைத்துக் கும்பிடும் வழக்கத்தை அது

காட்டுகிறது. இன்றும் யாழ்ப்பாணத்தில் சில கோயில்களில் வேலை நட்டு முருகனாக வழிபட்டு வருகிறார்கள்.

இப்படி எம்பெருமானுக்குச் சின்னமாக இருக்கும் ஞான சொரூபமாகிய வேலை, சிவந்த நிறத்தையுடைய வேலை, எளிதில் தியானப் பொருளாக நினைத்தால் அது உள்ளத்தில் வந்து தோன்றும். அந்த வேலைப் பற்றிக் கொண்டால் முருகனுடைய திருக்கோலம் தொடர்ந்து காட்சியளிக்கும். இவற்றை எல்லாம் நன்கு உணர்த்துவார்போன்று, புறத்தில் தோன்றும் காட்சியில் முதலில் தோற்றுவது வேல் என்று சொல்கிறார்.

செங்கேழ் அடுத்த சினவடி வேலும்

திருமுகம் முதலியன

பின்பு தோன்றுவது எது? முருகப்பெருமான் திருமுகம் தோன்றுகிறதாம்.

திருமுகமும்.

எம்பெருமான் ஆறு திருமுகம் உடையவன். அவை தோன்று கின்றன. அந்த முகங்களுக்கு இரண்டு பக்கமும் வரிசையாக உள்ள பன்னிரண்டு தோள்களும் தோன்றுகின்றன.

பங்கே நிரைத்தநல் பன்னிரு தோளும்-

எம்பெருமானுடைய வேல் தோன்றுகிறது. ஆறு முகங்களும் தோன்றுகின்றன. பின்பு பன்னிரு தோள்களும் தோன்றுகின்றன. "எங்கே நினைப்பினும் இவைகள் எல்லாம் தோன்றுகின்றன" என்கிறார்.

செங்கோட்டு வேலன்

அருணகிரிநாத சுவாமிகளுக்குத் திருச்செங்கோட்டு வேலனிடம் தனி அன்பு உண்டு. இதனை முன்பும் பல முறை பார்த் திருக்கிறோம். எந்தத் தலத்தையும் நினைக்காத

அநுபூதியில் 'நாகாசல வேலவனை' நினைக்கிறார். 'செங்கோட்டில் உள்ள எம்பெருமானைக் காண்பதற்கு நான்முகன் நாலாயிரம் கண் படைத்திலனே' என்று குறைபட்டதையும் நாம் கேட்டோம். அந்தச் செங்கோட்டு வேலனை இப்போது சொல்கிறார். அவன் மனம் அந்தத் தலத்தில் மிகவும் ஈடுபட்டிருக்கிறது. 'செங்கோட்டிலே எழுந்தருளியிருக்கும் முருகனை எங்கே நினைத்தாலும் அவனுடைய வேல் முதலியன தோற்றும் என்று இந்தப் பாட்டில் சொல்கிறார்.

பதுமமலர்
கொங்கே தரளம் சொரியும் செங்கோடைக் குமரன்என எங்கே நினைப்பினும் அங்கே என்முன் வந்து
எதிர்நிற்பனே.

திருச்செங்கோட்டைச் செல்லும்போது அங்கே நீர்வளமும், நிலவளமும் நிறைந்து நின்ற காட்சியையே சொல்கிறார். முன்பும் அப்படிச் சொல்லியிருக்கிறார். நீர்வளம் நிரம்பிய பொய்கையில் தாமரை மலர்கள் மலர்ந்திருக்கின்றன. முத்துக்கள் பிறக்கும் இடங்களில் தாமரையும் ஒன்று. கரும்பிலும், யானையின் தந்தத் திலும், சிப்பியிலும், மேகத்திலும் முத்துக்கள் தோன்றும் என்று சொல்வார்கள். முத்து வகைகளில் ஒன்று தாமரை மலரிலிருந்து தோன்றுவது. திருச்செங்கோட்டிலுள்ள பொய்கையில் தாமரையிலிருந்து முத்துக்கள் பிறக்கின்றனவாம்.

பதும மலர் கொங்கே தரளம் சொரியும் செங்கோடை

கொங்கு - வாசனை. தரளம் - முத்து. தாமரை மலர்கள் வாசனை யையும் முத்துக்களையும் சொரிகின்ற திருச்செங்கோடு என்கிறார். ஆண்டவனுக்கு முத்தையன், முத்துக் குமாரசுவாமி என்ற பெயர்கள் உண்டு. முத்துச் சொரியும் இடங்களில் எல்லாம் அவன் இருப்பான்.

"ஒருகோடி முத்தம் தெள்ளிக் கொழிக்கும்
கடற்செந்தில் மேவிய சேவகனே "

என்று பின்னே ஒரு பாட்டில் வருகிறது.

திருச்செந்தூரில் கடல் முத்துச் சொரிகிறது. திருச்செங் கோட்டிலோ பதும மலர் முத்தைச் சொரிகிறது.

கவிஞர் கற்பனை

"தாமரை மலர்களிலிருந்து முத்துக்கள் விழுவதாவது! அவற்றை அருணகிரியார் பார்த்தாரா?" என்ற கேள்வி தோன்றலாம். புலவர்கள் எதையேனும் சிறப்பிக்க வேண்டுமானால் அதைப் பெரிதாக்கிச் சொல்வது ஒரு சம்பிரதாயம். அருணகிரி நாதர் பெரும் புலவர். கற்பனையாகவும் மிகைப்படுத்தியும் சொல்வது அவருக்கு உரிமை. நாம் கண்ணிலே காணுகின்ற பொருளை விட அவர் கற்பனையில் காணுகின்ற பொருள் பல காலத்திற்கு நிற்கிறது; சொல் வடிவிலே நிற்கிறது. தாமரை மலர்கள் முத்துக்களைச் சொரிகின்றன என்று சொல்வதனால் நாம் தெரிந்துகொள்ள வேண்டிய கருத்து என்ன? அங்கே நன்றாகத் தாமரை மலர்கள் மலர்கின்றன என்பதுதான். நீர்வளம் உடைய இடம் என்பதைக் கற்பனையால் சற்று உயர்த்திச் சொல்கிறார்.

'அங்கே குமரன் இருக்கிறான். தாமரை மலர் மலர்ந்த இடத்தில், செங்கோட்டின்மேல் மாரனைக் குற்சிதம் செய்யும் பேரழகுடைய முத்துக்குமாரன் எழுந்தருளியிருக்கிறான். அவனை அந்தக் கோயிலுக்குச் சென்று காண வேண்டுமென்பதே இல்லை. எங்கேயாவது தனியே ஆசனம் போட்டு நினைக்க வேண்டும் என்பதும் இல்லை. எந்த இடத்தில், எந்தக் காலத்தில் நினைத் தாலும் அங்கே வந்து என் எதிரிலே தோன்றுகிறான்' என்கிறார். பக்குவம் முதிர்ந்துவிட்டமையினால் முன்னாலே சொன்ன அப்பி யாசங்கள் இல்லாமலேயே, எங்கே நினைத்தாலும், எப்போது நினைத்தாலும் பார்க்குமிடம் எல்லாம் அவனைக் காண்கிறவர் அருணகிரி நாதர்.

இப்படி அருணகிரிநாத சுவாமிகள் மட்டும் சொன்னால் நம்மைப் போன்றவர்களுக்குக் கொஞ்சம் சந்தேகம் உண்டாகும். இந்த அநுபவம் உண்மையாக இருந்தால் வேறு பக்தர்களுக்கும் இது கிடைத்திருக்க வேண்டும். அப்படி யாராவது கிடைத்ததாகச் சொல்லியிருக்கிறார்களா? அநுபூதிமான்களுக்கு இந்த அநுபவம் கிடைக்கும். அப்படிப் பெற்ற அநுபூதிமான்களில் ஒருவர் அபிராமி பட்டர். அவர் பார்க்கின்ற திசை எல்லாம் எம்பெருமாட்டியைக் காணும் அநுபவத்தைப் பெற்றவர். அவர்,

"பார்க்கும் திசைதொறும் பாசாங் குசமும்
பனிச்சிறைவண்டு
ஆர்க்கும் புதுமலர் ஐந்தும் கரும்பும் என்
அல்லலெல்லாம்
தீர்க்கும் திரிபுரை யாள்திரு மேனியும்
சிற்றிடையும்
வார்க்குங் குமமுலை யும்முலை மேல்முத்து
மாலையுமே"

என்று பாடுகிறார். பாட்டுக்கு ஒரு முடிவு இருப்பதாகத் தோன்றவில்லை. 'பார்க்கும் திசைகளில் எல்லாம் இப்படி இப்பட என்று அலங்காரத்தோடு சொல்லிக் கொண்டே வருகிறவர் அப்படியே மெய் மறந்து ஆனந்த வசப்பட்டு விடுகிறார். ஆனந்த அதிசயம் வரும்போது அப்படித்தான் வார்த்தை முடிவடையாமல் இருக்கும். 'ஒரு கையில் பாசம், ஒரு கையில் அங்குசம், ஒரு கையில் கரும்பு வில், ஒரு கையில் மலர்ப் பாணங்கள், என் மனத்தில் தோற்றுகிற துன்பங்கள் எல்லாவற்றையும் நீக்குகிற மகா சௌந்தர்யம் நிரம்பிய திருமேனி, சிறிய இடை, கச்சைக் கட்டிய நகில், திருமேனியில் தோன்றும் முத்து வடம் இவை எனக்குத் தோன்றுகின்றன" என்று சொல்ல வந்தவர், அப்படியே எம்பெருமாட்டியின் திருமேனி லாவண்யத்தில் சொத்தி வாக்கியத்தை முடிக்காமல் விட்டுவிடுகிறார்.

அவருக்குப் பார்க்கும் திசைதோறும் அபிராமியின் திருவுருவம் தோன்றியது.

செங்கோடைக் குமரன் என
எங்கே நினைப்பினும் அங்கேயென் முன்வந்து
எதிர்நிற்பனே

என்கிறார் அருணகிரிநாத சுவாமிகள்.

அநுபவம் வர வழி

இவர்கள் அநுபவிக்கின்ற அநுபவம் நமக்குக் கிடைக்கிறது இல்லையே, ஏன்? பார்க்கும் திசைதொறும் எம்பெருமாட்டியின் எழில் உருவத்தைக் காண வேண்டுமானால் அதற்கு ஒரு பக்குவம் வேண்டும். அருணகிரிப்பெருமான், "என் உள்ளம் குளிரக் குதிகொண்டவே" என்று முன்பு சொன்னார். அந்த நிலையே நமக்கு வரவில்லை. அதற்கு மேற்பட்ட நிலையை அல்லவா இப்போது நாம் கேட்கிறோம்? இத்தகைய நிலைகள் நமக்கு வரவேண்டுமானால் என்ன செய்ய வேண்டும்? அதை அபிராமி பட்டர் வேறு ஒரு பாட்டில் சொல்கிறார்.

"வெளிநின்ற நின்திரு மேனியைப் பார்த்தென்
விழியும் நெஞ்சும்
களிநின்ற வெள்ளம் கரைகண்ட தில்லை;
கருத்தினுள்ளே
தெளிநின்ற ஞானந் திகழ்கின்றது; என்ன
திருவுளமோ;
ஒளிநின்ற கோணங்கள் ஒன்பதும் மேவி
உறைபவளே."

ஆகாசமாக இருந்த இடத்தில் உன் திருமேனி தோன்றியது. அதைக் கண்டு முதலில் என் விழியும், என் நெஞ்சும் நிரம்பி ஆனந்தம் பொங்கி வழிகிறது. அதற்கு எல்லையே இல்லை. அந்த ஆனந்த வெள்ளத்திற்குக் கரை கட்ட முடியவில்லை. நீ என் கருத்தில் நிறைந்திருந்தாய். இப்போது புறவெளி

எல்லாம் காட்சி அளிக்கிறாய். அப்படி வெளி நின்ற திருமேனியைப் பார்க்கும் போது என் விழியும், நெஞ்சும் ஆனந்தம் நிரம்புகிறது. அந்த ஆனந்தத்திற்குக் காரணம் என்ன தெரியுமா?

"கருத்தினுள்ளே
தெளிநின்ற ஞானம் திகழ்கின்றது; என்ன திருவுளமோ?"

'என் மனத்திற்குள்ளே தெளிவு பெறுகின்ற ஞானம் விளங்குகிறது. புறவெளியில் உன் திருமேனி தோன்றுவதற்குக் காரணம் என்ன என்று பார்த்தேன்; என் உள்ளம் தெளிந்திருக்கிறது. இந்தத் தெளிவு ஞானத்தால் வந்தது. என் கருத்துத் தெளியும்படி ஞானம் உண்டாகச் செய்த உன் திருவருளை என்ன என்று சொல்வேன்!' இவ்வாறு அபிராமிபட்டர் அதிசயப்படுகிறார். ஒன்பது கோணங்களில் எழுந்தருளி நலம் செய்கின்ற பெருமாட்டியைப் பார்த்து அவர் பாடுகிறார்.

அருணகிரிநாத சுவாமிகளும், அபிராமிபட்டரும் அநுபூதியில் ஒரே நிலையில் இருந்தவர்கள்; உள்ளம் தெளிவு பெற்று, அந்த உள்ளத்தில் இறைவனுடைய திருவுருவத்தைக் கண்டு, பின்பு முறுகிய பேரன்பினால் உள்ளே கண்டதை வெளியில் காணப் பயின்றவர்கள்.

பிடித்த படமும் காட்டும் படமும்

ஓரிடத்தில் ஒருவன் இருந்து படம் பிடிக்கிறான். அப்படிப் பிடித்த படத்தைத் தனியாக வேறு ஓர் இருட்டறையில் கொண்டு வந்து கழுவுகிறான். கழுவின பிறகு படம் உருவாகிறது. அதன் பின்பு திரை கட்டி அந்தப் படத்தை வைத்துக் காட்டினால் திரையில் அந்த உருவம் தெரிகிறது. சினிமாத் திரையில் தெரிகிற உருவம், முன்னாலே தோன்றிய உருவத்தை எடுத்த பட வரிசை யிலிருந்து விளைந்த விளைவு. நடித்த காட்சியை முதலில் படம் பிடிப்பது, அதன் பின்பு பிடித்த படத்தைக் கழுவித் தெளிவாக்கு வது, பின்பு அந்தப் படத்திலிருந்து திரையில் காட்சியைத் தோற்றச் செய்வது ஆக

மூன்று நிலையைச் சினிமாவில் பார்க்கிறோம். அவ்வாறே கோயிலிலே ஆண்டவனைக் காண்பது, பின்பு உள்ளத்தில் தெளிவாகக் காண்பது, பின்பு புறத்தில் காண்பது என்ற மூன்று நிலைகளை இங்கே பார்க்கிறோம். நாள்தோறும் ஆண்டவன் திருக்கோயிலுக்குச் சென்று ஒரு பயிற்சியும் இல்லாமல் கும்பிட்டு வருவதில் பயன் இல்லை. அந்தக் கோயிலையே உள்ளத்தில் கொண்டு வந்துவிட வேண்டும். நம் உள்ளத்தில் கர்ப்பக் கிருகத்தைச் சிருஷ்டி பண்ண வேண்டும். உள்ளம் எம்பெருமானுடைய தரிசனத்தில் ஈடுபட வேண்டும். இப்படிப் பலகாலம் பயின்று, எப்போது நினைத்தாலும் தெளிவாக அந்தத் திருவுருவத்தைக் காணும் நிலை வந்துவிட்டால், அதற்கப்பால் புறத்தில் காணும் நிலையும் உண்டாகும். இந்த அநுபவத்தை அருணகிரியாரும், அபிராமிபட்டரும் சொல்கிறார்கள்.

செங்கேழ் அடுத்த சினவடி
வேலும் திருமுகமும்
பங்கே நிரைத்தநல் பன்னிரு
தோளும் பதுமமலர்
கொங்கே தரளம் சொரியும்செங்
கோடைக் குமரன்என
எங்கே நினைப்பினும் அங்கேஎன்
முன்வந்து எதிர்நிற்பனே.

[செம்மையான நிறத்தைக் கொண்ட சினமுள்ள கூர்மையான முருகனது வேலும், அவனுடைய திருமுகங்களும், பக்கத்தில் வரிசையாக உள்ள நல்ல பன்னிரண்டு திருத்தோள்களுமாக, தாமரை மலரானது மணத்தையும் முத்தையும் சொரிகின்ற திருச்செங்கோட்டில் எழுந்தருளி யிருக்கும் குமரன் என்று எங்கே நினைத்தாலும் அங்கே அடியேனுடைய முன்னாலே வந்து எதிரே காட்சி தந்து நிற்பான்.

கேழ் - நிறம். அசுரரின் இரத்தம் தோய்தலால் செந்நிறம் பெற்றது. மாணிக்கம் பதித்த வேலாதலின் செந்நிறமுடையதாயிற்று என்பதும் ஆம். சினவடிவேல்:

உடையானது சினம் கருவியின் மேல் ஏற்றப்பட்டது. சின்னமாகிய வடிவேல் என்றும் கொள்ளலாம். வடி - கூர்மை. பங்கு பக்கம். நிரைத்த வரிசையாக அமைந்த. பதுமமலர்: எழுவாய். 'பதும மலர்க் கொங்கே' என்றும் பாடம். கொங்கு - மணம்; பூந்தாதுமாகும். தரளம் - முத்து. செங்கோடை -திருச்செங்கோடு. எங்கே என்றது திருச் செங்கோடல்லாத பிற இடங்களை. எங்கே என்றதனோடு எப்பொழுது நினைத்தாலும் என்பதையும் சேர்த்துக் கொள்ள வேண்டும். நிற்பன் என்றது, மின்னலைப் போலே தோன்றி மறையாமல், நன்றாகத் தரிசித்து இன்புறும்படி நிற்பான் என்ற கருத்தை உடையது].

பய பக்தி

பக்தியைப் பற்றிச் சொல்லும்போது பயபக்தி என்ற தொடரை அடிக்கடி நாம் உபயோகிப்பது உண்டு. ஆனால் அதன் சரியான பொருள் இன்னதென்று பலருக்குத் தெரிவது இல்லை. யாரிடத்தில் பயம் உண்டாகிறதோ அவரிடத்தில் பக்தியும் உண்டாக வேண்டுமென்றே பலர் நினைத்துக் கொண்டிருக்கிறார்கள். தந்தையினிடம் பயபக்தியாக நடந்து கொண்டான் என்பது போல உதாரணத்தையும் காட்டுகிறார்கள். மேல்நாட்டு ஆராய்ச்சி யாளர் சிலர், கடவுளிடம் பக்தி கொண்டு வழிபடுவதற்கு மூல காரணம் பயம் என்று எழுதியிருக்கிறார்கள். ஆதி மனிதன் இடியைக் கண்டு பயந்தானாம்.அதையே கடவுள் என்று போற்றி னானாம். இவ்வாறு பயமும் பக்தியும் ஒரே பொருளிடத்தில் இருப்பதாக நினைத்துக் கொண்டு பயபக்தி என்பதற்குப் பொருள் சொல்வார்கள். அது அவ்வளவு பொருத்தம் என்று எனக்குத் தோன்றவில்லை.

பயம் ஓரிடம் பக்தி வேறு இடம்

பயமுள்ள இடத்தில் போலிப் பக்தி தோன்றுமேயொழிய உண்மையான பக்தி தோன்றாது. முரட்டு ஆள் ஒருவன் நம்மை அடிக்க வருகிறான். அப்போது அவனிடத்தில் நாம் பயந்து போகிறோம். நயமாக அவனிடம் பேசுகிறோம். அந்தப் பயமும், நயமும் சேர்ந்து வருவதால் இரண்டும் உண்மையென்று எண்ணக் கூடாது. ஆள் முன்னால் இருக்கிற வரைக்கும் பயத்துடன் இருந்து நயந்து போவது போல் காட்டிக் கொள்வோம். அவன் அந்தப்புறம் நகர்ந்த பிறகு சிரிப்போம். பயம் உள்ள இடத்தில் உண்மையான பக்தி இருப்பது மன இயல்புக்கு ஒத்தது அன்று.

பசியிடம் பயம் இருந்தால் சோற்றினிடம் பக்தி உண்டாகும். பூச்சாண்டியிடம் பயம் உண்டாகும் குழந்தைக்கு அம்மாவிடம் அன்பு உண்டாகிறது. நோயிடம் பயம் உண்டாகும்போது அதைத் தீர்க்கும் மருத்துவனிடம் பக்தி உண்டாகிறது. ஆகவே பயம் ஓரிடத்திலும் பக்தி அதைத் தீர்க்கின்ற இடத்திலும் இருப்பது முறை. அந்த வகையில் பார்த்தால் இறைவனிடம் பக்தி வரும் போது அது பயபக்தியாக இருக்க வேண்டும். அதற்கு முன்பு பயம் உண்டாக வேண்டும்; அந்தப் பயம் வேறு ஓரிடத்தில் இருக்க வேண்டும்.

மரண பயம்

மனிதனுக்குப் பலவகையான நிலைகளில் பயம் உண்டாகிறது. வயிற்றுப் பசிக்குப் பயந்து சாகிறான். மானத்திற்குப் பயப் படுகிறான். வறுமைக்குப் பயப்படுகிறான். இந்தப் பயங்களை எல்லாம் பெரிய வள்ளல்களால் தீர்த்துக் கொள்ளலாம். யாரிடமேனும் சோறு வாங்கியுண்டு பசியினால் உண்டாகும் பயத்தைப் போக்கலாம். உழைத்து வேலை செய்து பணம் சம்பாதித்து வறுமையினால் வரும் பயத்தைப் போக்கிக் கொள்ளலாம். நல்ல மருத்துவரை அண்டி நோயினால் வரும் பயத்தைப் போக்கிக் கொள்ளலாம். திருடர்களால் வரும் அச்சத்தைக் காவலர்களாலும் விலங்குகளால் வரும் அச்சத்தை ஆயுதங்களாலும் போக்கிக் கொள்ளலாம். இப்படி உலகத்தில் மனிதனுக்கு உண்டாகும் அச்சங்கள் பலவாக இருப்பது போல அவற்றைப் போக்கிப் பாதுகாத்துக்கொள்ளும் உதவிகளும் பலவாக இருக்கின்றன. ஆனால் இப்படி வரும் பயங்களுக்கு எல்லாம் மேலான பயமாக, யாராலும் மாற்ற முடியாத அச்சமாக இருப்பது மரண பயம். யமனால் உண்டாகும் துன்பத்தை உலகிலுள்ள யாராலும் நீக்க முடியாது. தொல்காப்பியம்,

"மாற்றரும் கூற்றம்"

என்று யமனைச் சொல்கிறது. எதனாலும் மாற்ற முடியாத யமன் என்பது பொருள். இன்ன காலத்தில் இன்னவனுடைய உயிரை அவன் உடம்பினின்றும் பிரிக்க வேண்டுமென்ற வரையறையைச் செய்துகொண்டு அந்தக் காலத்தை எதிர்பார்த்துக் கொண்டிப்பத னால் கூற்றுவனுக்குக் காலன் என்ற பெயர் உண்டாயிற்று. அந்தக் காலத்திற்கு அணுவளவு முன்போ, பின்போ இல்லாமல் உயிரைப் பிரித்துக் கொண்டு போகிறவன் அவன். அவனால் உண்டாகும் பயத்தை உலகத்திலுள்ள யாராலும் தீர்க்க முடியாது. காலனுக்குக் காலனாக இருக்கும் ஒருவன்தான் போக்க முடியும். ஆகையால் காலனிடத்தில் பயமும், அது காரணமாகக் காலகாலனிடத்தில் பக்தியும் உண்டாக வேண்டும். அப்படி உண்டான பக்திதான் பயபக்தி என்று சொல்லப் பெறுவது. அருணகிரியார் வேளைக் காரன் வகுப்பில்,

"ஆனபய பக்திவழி பாடுபெறு முத்தியது
வாகநிகழ் பக்தசன வாரக்காரனும்"

என்று பக்தர்களைப் பற்றிச் சொல்லும்போது பயபக்தி என்ற தொடரை ஆள்கிறார்.

'மரணம் வந்துவிடுமே' என்று பயந்து பக்தி செய்யும் நிலை மிகச் சிறந்தது. அப்போதுதான் அந்தப் பக்தி ஆழ்ந்து முறுகிய தாக இருக்கும். நாம் இறைவனிடத்தில் ஓரளவு பக்தி பண்ணு கிறோம். ஆனால் பயபக்தி செய்வதில்லை. மரணத்தில் நாம் உண்மையான பயத்தைக் கொள்ளவில்லை.

அறிவும் உணர்வும்

மரணம் துன்பமுடையது என்பதை நாம் அறிவோம். ஆனால் எவ்வாறு உணர வேண்டுமோ அப்படி உணருவது இல்லை. அமெரிக்க நாட்டில் நூறு வீடுகள் எரிந்து விட்டன என்று பத்திரிகையில் பார்க்கிறோம். அந்தச் செய்தி ஒரு கண் நேரம் இரக்கத்தை உண்டாக்கினாலும் பின்பு வெறும் செய்தி அளவாக முடிகிறது. ஆனால் அடுத்த வீட்டில் தீப் பிடித்துக் கொண்டுவிட்டது என்று ஒருவன் சொன்னால் நாம் அதைச்

செய்தியாகக் கேட்டு நின்றுவிடுவதில்லை. உடனே பரபரப்பு அடைந்து, 'நம் வீட்டுக்கும் அது வந்துவிடுமே!' என்று அஞ்சி நெருப்பை அணைப்பதற்கு வேண்டிய முயற்சிகளைச் செய்ய ஓடுவோம். அதுதான் உண்மையான பயம். மரணத்தைப் பற்றிய செய்தி நமக்குத் தெரியும். ஆனால் அது நம்முடைய குலையில் ஊடுருவி அச்சத்தை உண்டாக்கவில்லை.

ஒரு மனிதன் ஓர் ஊரில் இருந்து மற்றோர் ஊருக்குப் பார வண்டியை ஏற்றிச் செல்கிறான். அதனால் வரும் கூலியினால் பிழைத்துக் கொண்டிருக்கிறான். அவன் வாரத்திற்கு ஒரு முறை தன்னுடைய மாடுகளைக் குளிப்பாட்டச் செல்வது வழக்கம். அப்படி ஒரு நாள் மாடுகளை ஓட்டிக் கொண்டு தண்ணீர்த் துறைக்குப் போய்க் கொண்டிருக்கிறான். அப்போது பல ஆண்டு களாகப் பாராமல் இருந்த மைத்துனன் அக்கரைச் சீமையிலிருந்து வருகிறான். அவனைக் கண்டவுடன் காளை மாட்டுக்காரனுக்கு எல்லையில்லாக் களிப்பு உண்டாகிறது. பாதி வழியிலேயே மாடுகளைத் திருப்பிக் கொண்டு வீட்டுக்குப் போய்க் கொட்டிலிலே கட்டிவிட்டு அவனோடு பேசப் போகிறான். அடுத்த வாரம் குளிப்பாட்டிக் கொள்ளலாமென்று நின்று விடுகிறான்.

மற்றொருவன் நாள்தோறும் நீராடும் பழக்கம் உடையவன். மூன்றாவது வகுப்பில் டெல்லிக்குப் பயணம் செய்கிறான். போகிற வழியில் நல்ல வசதி இல்லாமையினால் நீராட முடிகிறது இல்லை. ஏதோ கிடைத்ததைப் பசிக்கு உண்டு, இரண்டு மூன்று நாளைக் கழித்து டெல்லி போய் இறங்கின பிறகு நீராடுகிறான். இன்னும் ஒருவன் நாவல் படித்துக் கொண்டிருக் கிறான். அது துப்பறியும் நாவல். கதையிலே இன்னும் துப்புத் துலங்கவில்லை. துப்புத் துலங்கும் கட்டம் உள்ள அத்தியாயம் வருகிறது. அப்போது தாகமாக இருக்கிறது. தண்ணீர் குடிப்பதற் காக அருகில் உள்ள பையனைப் பார்த்து, 'நீர் கொண்டு வா' என்று சொல்கிறான். அவன் கொண்டு வந்து நிற்கும் போது இவன் அந்த அத்தியாயத்தை முடித்துவிடலாமென்று தலையைக் குனிந்த படியே படித்துக் கொண்டிருக்கிறான். படித்து முடித்த பிறகே

தலையை நிமிர்ந்து பார்த்துத் தண்ணீரை வாங்கிப் பருகுகிறான். இன்னும் ஒருவன் சாப்பிட்டு விட்டுக் கையைக் கழுவப் போகிறான். இடையில் ஒரு தந்தி வருகிறது. அவனுக்கு மிக வேண்டிய நண்பன் ஒருவன் இறந்துவிட்டதாக அந்தத் தந்தி சொல்கிறது. அதைக் கண்டு கண்ணீர் விட்டுக் கொண்டு கையில் நீர் விட்டுக் கழுவாமல் அரைமணி நேரம் நிற்கிறான்.

இப்படி உள்ள அத்தனை பேர்களுக்கும் தண்ணீர் அவசியம். ஆனால் காளை மாட்டுக்காரனுக்கு ஒருவாரம் தண்ணீர் காத்திருக்கலாம். டெல்லி செல்கிறவனுக்கு மூன்று நாள் காத்திருக்கலாம். கை கழுவுகிறவனுக்கு ஒரு மணி நேரம் காத்திருக்கிறது. நீர் வேட்கை இருக்கிறவனுக்குக் கால் மணி நேரம் காத்திருக்கிறது.

வேறு ஒருவனுக்குத் தலையில் நெருப்புப் பிடித்துக் கொள்கிறது. "ஐயோ தண்ணீர், தண்ணீர்!" என்று ஓடுகிறான். அப்போது அவன் அருகில் ஒருவன் வந்து, "உனக்கு அல்வா என்றால் பிரியம் ஆயிற்றே! இந்தா இதை உண்ணு" என்றால் உண்ணுவானா? தண்ணீர் தண்ணீர் என்று கதறிக் கொண்டு ஓடுவான்.

அவனுக்கு அடுத்த கணத்தில் தண்ணீர் வேண்டும். அதுபோல் இறைவனிடத்தில் பக்தி உண்மையாக முறுக வேண்டுமானால் மரண பயம், தீப் பிடித்தவனுக்கு உண்டான உணர்ச்சியைப் போல இருக்க வேண்டும். உள்ளீரலில் அந்தப் பயம் பற்றிக் கொள்ள வேண்டும். அப்பொழுதுதான் இந்தக் கணத்திலேயே இதற்கு மாற்றுத் தேட வேண்டுமென்ற ஆர்வமும், வேகமும் உண்டாகும். நாமோ அப்படிக் கவலைப்படுவதில்லை. மரண பயத்தைப் போக்கும் வழியை நாடுவதில்லை. மாட்டு வண்டிக் காரனைப் போலவும் மற்றவர்களைப் போலவும் இருக்கிறோம்.

என்று வருமோ?

நாம் எவ்வளவு காரியங்களை மேற்போட்டுக் கொண்டிருக்கிறோம். அவற்றை எல்லாம் ஒருவிதமாகக் குறிப்பிட்ட காலத் தில் நிகழும்படி செய்யலாம். ஆனால் மரணம் என்பது எந்த நேரத்தில் நமக்கு வருமோ தெரியாது. யமனுடைய வாய் திறந்து கொண்டிருக்கிறது. எப்போது அதை மூடிப் பல்லால் உயிரைக் கடித்துத் துன்புறுத்துவானோ, தெரியாது.

"யார் அறிவார் சாநாளும் வாழ்நாளும்"

என்பர் ஞானசம்பந்தர். எந்தக் கணமும் நாம் இறந்து போகலாம். ஆகையால் ஒவ்வொரு கணமும் மரணத்தின் வாயிலில் இருப்பதாக எண்ணி உணர்ந்து உண்மையான அச்சத்தை அடைய வேண் டும். அச்சத்தைப் போக்கும் பெருமான் முருகன். அவனுடைய திருவருளினால் மரண பயம் போகும் என்பதை நன்றாகத் தெளிந்து அவனை நம்பி அவன்பால் அன்பு செய்ய வேண்டும். இப்படி அன்பு கொண்டு அது முறுகினால் சிறந்த பக்தியாகும். இதையே அருணகிரியார் சொல்ல வருகிறார்.

"எம்பெருமானே, எத்தனையோ பேர் கோயிலுக்குச் சென்று உன்னைத் தொழுகிறார்கள். அவர்களில் பல வகையினர் இருக்கிறார்கள். பரம்பரையாக வந்த பழக்கம் என்று கருதிக் கோயிலுக்குப் போய் உன்னைத் தொழுவார் சிலர். கோயிலில் கிடைக் கும் பிரசாதம் முதலியவற்றை எண்ணித் தொழுபவர் சிலர். பிறர் செய்யும் நிர்ப்பந்தத்தினால் சென்று கோயிலில் தொழுவார் சிலர். இப்படி உன் அருள் நிறைந்த பாதங்களைக் கும்பிடுகிறவர்கள் பல வகையாக இருக்கிறார்கள். அவர்கள் எல்லாம் உண்மையாக உன்னைத் தொழுபவர்கள் ஆக மாட்டார்கள். இந்த உயிருக்கு ஒரு காலத்தில் மோசம் வந்துவிடும், நிச்சயமாக மரணம் என்று ஒன்று நம்மை அறியாமலே வந்து சேரும் என்ற பயத்தை உண்மையாக உணர்ந்து, உன்னுடைய பாதங்களை யார் தொழுகிறார்களோ

அவர்களே மெய்யான பக்தி உடையவர்கள். அப்படி நான் செய்யவில்லையே! பயபக்தியுடன் உன் திருவடியைத் தொழ வேண்டுமென்ற நினைவுகூட எனக்கு இல்லையே!" என்று இரங்குகிறார்.

ஆவிக்கு மோசம் வருமாறு அறிந்து உன்
அருள் பதங்கள்
சேவிக்க என்று நினைக்கின்றிலேன்

ஆவிக்கு மோசம்

பொருளுக்கு மோசம் வருமென்று, வீடு கட்டிக் கதவு அமைத்து அதற்குத் தாழ்ப்பாளும் போடுகிறோம். பெட்டி வாங்கிப் பூட்டுகிறோம்; பூட்டுக்கு மேல் பூட்டுப் போடுகிறோம்; ஒரு வீட்டுக்கு இரண்டு பூட்டுகள் போட்டுப் பாதுகாக்கிறோம். இவை போதாவென்று கருதி வீட்டில் நாயையும், காவல்காரனையும் வைக்கிறோம். இவையும் போதா என்று கருதி ஊரில் போலீஸ்காரனை வைத்திருக்கிறோம். இவ்வளவும் நாம் சேமித்த பொருளுக்கு மோசம் வரக் கூடாது என்பதற்காகச் செய்யும் காரியங்கள். நாம் பெற்ற பொருள்களுக்குள்ளேயே மிகச் சிறந்தது உயிர். நம்மை நாமே இழந்துவிடக் கூடாது. இந்த உயிரினால் வருகின்ற நன்மைகளை எல்லாம் பெறாமல் உடம்பை விட்டுப் பிரிந்து போனால் உடம்பை எடுத்ததன் உண்மையான பயன் உண்டாகாது. மரணம் அடையும்போது, செய்ய வேண்டிய காரியங்களைச் செய்து விட்டோம் என்ற மன நிறைவு இருந்தால், துன்பம் வராது. ஆகவே உடம்பு இருக்கும் போதே மரண பயத்தைப் போக்குவதற்குரிய நெறியில் ஒழுக வேண்டும்.

ஆவிக்கு மோசம் வருமென்ற உணர்ச்சி வேண்டும். அதற்குப் பெரிய சாத்திரங்களைப் படிக்க வேண்டிய அவசியம் இல்லை. உலகத்தில் பிறந்த யாவருக்கும் இந்த உடம்பில் உயிர் நில்லாது என்ற உண்மை நன்றாகத் தெரியும். கடவுள் இல்லையென்று சொல்லுவார் இருக்கிறார்கள். சொர்க்க

நரகங்கள் இல்லை யென்று சொல்கிறவர்களும் இருக்கிறார்கள். மோட்சம் இல்லையென்று சாதிப்பவர்கள் இருக்கலாம். புண்ணிய பாவம் தர்மம் முதலாயின இல்லையென்று சொல்கிறவர்களும் இருக்கலாம். ஆனால் உடலிலிருந்து உயிர் போகாது என்று சொல்கிறவர் யாரும் இல்லை. இது யாவரும் அறிந்த உண்மை. உயிர் போகும் போது நாம் தத்தளித்து மிகவும் வருந்துவோம். அத்தகைய வருத்தம் வரக்கூடாது என்று கருதி அதற்கு முன்பே இறைவன் திருவருளைப் பெற வேண்டுமென்ற உறுதியோடு பக்தி செய்ய வேண்டும். அந்த பக்திக்கு மூலமாய் இருப்பது, 'யமன் வந்து உயிரைக் கொள்ளை கொள்ளுவானே!' என்ற பயம். உயிருக்கு மோசம் வருமே என்ற பயம் அழுத்தமாக உண்டாகி, அதன் பயனாக இறைவனுடைய திருவடிகளைச் சேவிக்க வேண்டும். "அப்படிச் சேவிப்பது ஒன்று உண்டு என்பதையே நான் நினைக்க வில்லை" என்று அருணகிரியார் சொல்கிறார்.

முன்னை வினை

அதற்குக் காரணம் என்ன? நல்லதை நினைப்பதற்கும் ஒரு தவம் வேண்டும். பூர்வ புண்ணியம் இருந்தால்தான் நல்ல எண்ணங்கள் நமக்கு எழும்.

"தவமும் தவமுடையார்க் காகும்"

என்று திருவள்ளுவர் கூறுவர். இறைவனிடத்தில் அன்பு செய்வதற்குக் காரணமாக இருக்கும் பயம் நமக்கு உண்டாக வேண்டுமானால் அது பலகாலப் பழக்கத்தினால் வரவேண்டும். முன் செய்த பாவம் அத்தகைய பழக்கம் உண்டாகாமல் தடுக்கும். எனவே, "உன்னிடத்தில் பக்தி செய்து நலம் பெறுவதற்குத் தடையாக இருக்கிற வினை, ஆவிக்கு மோசம் வரும் என்பதை அறியா மல் இருக்கும்படி செய்கிறது. அந்த வினையை நீ தீர்த்து அருள வேண்டும்" என்று முருகனை வேண்டுகிறார்.

ஆவிக்கு மோசம் வருமாறு அறிந்து உன் அருட்பதங்கள்
சேவிக்க என்று நினைக்கின்றிலேன்; வினைதீர்த்தருளாய்!

உயிருக்கு மோசம் என்பது யமனால் வரும் மரணம். அதனைத் தீர்ப்பது இறைவனுடைய பாதம். அது அருள் வடிவமாக இருக் கின்றது. இறைவனுடைய அருள் மருளைப் போக்கும். ஆவிக்கு வருகின்ற துன்பத்தைப் போக்கும். ஆகையால் மரண பயத் திற்குப் பாதுகாப்பான ஆண்டவனுடைய பாதங்களை அருள் பதங்கள் என்று சொன்னார்.

'சாகாது எனையே சரணங் களிலே காகா
நமனார் கலகம் செயும்நாள்"

என்று அநுபூதியில் பாடுகிறார்.

திருத்தணி

இப்போது நாம் பார்க்கும் விண்ணப்பத்தைத் திருத்தணியில் எழுந்தருளியிருக்கும் முருகப் பெருமானைப் பார்த்துச் சொல் கிறார் அருணகிரியார். அந்தத் திருத்தணி மாமலையில் என்ன வளம் இருக்கிறது என்பதையும் சொல்கிறார். அங்கே நீர் நிலை கள் பல உண்டு. வாபீ கூப தடாகங்கள் என்று சேர்த்துச் சொல் வார்கள். பல வாவிகள் அங்கே இருக்கின்றன. திருத்தணிக்குக் காவித் திருமலை என்று ஒரு பெயர். அங்குள்ள ஒரு வாவியில் காவி மலர் தினந்தோறும் பூக்குமாம். காவி மலருக்குக் 'கல்லாரம்' என்று ஒரு பெயர். காவி மலர் பூப்பதனால் கல்லார மலை என்று அதற்கு ஒரு பெயர் உண்டு. அதனால் அங்கே இருக்கிற பெருமானுக்குச் செங்கல்வராயன் என்று பெயர். செங்கல்வம் என்பது செங்கழு நீர்ப்பூவுக்கு ஒரு பெயர். அத் தகைய வாவி சிறந்து விளங்குவது திருத்தணி. அதோடு நில வளமும் பொருந்திய ஊர். ஆதலால் வாவிக்கு அருகில் விசாலமான வயல்கள் ஊரைச் சுற்றி இருக்கின்றன.

ஆண்டவன் எழுந்தருளியிருக்கும் இடமாகையால் பல பெரியார்கள் வந்து அங்கே தங்குவார்கள். நல்ல எண்ணங்கள் அலை அலையாக எங்கும் சூழும்படியாக அவர்கள் தங்கியிருப் பார்கள். எண்ண அலைகள் சூழ்ந்த குளிர்ந்த சூழ்நிலை குளிர்ச்சியை உண்டாக்கும். கோபம் உள்ளவன் இருந்த இடத்தை அவன் எழுந்தவுடன் தொட்டுப் பார்த்தால் சுடும். அதுபோல் அன்பு உடையவர்களுடைய உடம்பு குளிர்ந்து இருக்கும். சிறந்த பெரியவர்கள் அன்பு உடையவர்களாக ஓரிடத்தில் தங்கியிருந்தால் அவர்கள் தங்கும் இடம் ஓரளவு குளிர்ச்சியுடையதாக இருக்கும். அவர்கள் மூச்சுக் காற்றில் வெப்பம் அதிகமாக இராது. அவர்களுடைய குளிர்ந்த எண்ண அலைகள் நம்மைச் சூழ்ந்தால் தண்மை உண்டாகும். இதனை இன்றும் உலகில் பிரத்தியட்ச மாகப் பார்க்கலாம். பசுமையே இல்லாத இடத்தில் சில பெரியவர்கள் வாழ்ந்திருப்பார்கள். அவர்கள் வாழும் சூழ்நிலை பசுமை நிரம்பியதாக இருக்கும்.

இவ்வாறு உள்ளம் குளிர்ந்து, கண் குளிர்ந்து, அன்பால் நிறைந்த பெரியவர்கள் முருகனைக் கும்பிட்டு வாழும் இடமாதலால் திருத்தணிகை ஈரம் நிரம்பியதாக இருக்கிறது. ஆதலால் மழை பொழிகின்ற மேகங்கள் அங்கே வரும். வந்து மழை பொழியும். மழை பொழிவதால் நீர் வளம் நிரம்பியிருக்கும். அதனால் வாவிகளும் வயல்களும் வளம் சிறந்து விளங்கும். அத்தகைய திருத்தணி மாமலையில் முருகப் பெருமான் எழுந் தருளியிருக்கிறான்.

துவஜம் கட்டினவன்

'அவன் எந்தக் காரியத்தையும் நினைத்ததை நினைத்தபடி முடிக்கிறவன். ஒன்றை மனத்தில் சங்கற்பம் பண்ணிக் கொண்டு, இதை முடித்துத்தான் மறுகாரியம் பார்ப்பேன்' என்றால் அதற்கு இரண்டு அடையாளம் சொல்வது உண்டு. காப்புக் கட்டிக் கொண்டிருக்கிறான் என்றும், துவஜம் கட்டிக் கொண்டிருக்கிறான் என்றும் சொல்வதுண்டு. 'இந்தக் காரியத்தைச் செய்து விடுவேன்' என்று காப்புக் கட்டிக்

கொண்டிருக்கிறான் என்றும், 'இதனை அடியோடு ஒழித்து விடுவேன்' என்று துவஜம் கட்டிக் கொண் டிருக்கிறான் என்றும் சொல்வது உலக வழக்கு. துவஜம் கட்டுவது என்பது பெரும்பாலும் பொல்லாததை அழிக்கும் வீரத்தைச் சுட்டி நிற்கிறது. முருகப்பெருமான் திருத்தணி மாமலையில் சேவல் கொடியைக் கட்டியிருக்கிறான். அடியார்களுக்குத் தீங்கு செய்பவர் யாராக இருந்தாலும் அவர்கள் யாவரையும் அழித்து விடுவேன் என்று துவஜம் கட்டிக் கொண்டிருக்கிறான். அந்தத் துவஜந்தான் சேவல். அதனுடைய பெருமையைக் கந்தர் அலங்காரத்தில் பல இடங்களில் நாம் பார்த்தோம்.

குக்குடத் துவஜன் ஆகிய ஆண்டவன் திருத்தணி மாமலையில் வாழ்கிறான். பூவுலகத்தில் உள்ள மலையில் அவன் துவஜம் கட்டிக் கொண்டு வாழ்ந்தாலும் அவன் தேவலோகத்திலுள்ள தேவர்களுக்கும் தலைவனாக இருக்கிறான். தேவர்கள் தம்முடைய தலையில் மாணிக்கத்தைப் போல அணிந்து வழிபடுகிற பெருமான் அவன். அப்படி இருந்தும் ஆருயிர்களைக் காப்பாற் றும் பொருட்டு இந்த உலகத்திற்கு எழுந்தருளி வந்து, குளிர்ந்த சூழ்நிலையை உடைய திருத்தணி மாமலையில் அவன் வாழ்கிறான்.

வள்ளியெம்பெருமாட்டியை மணந்து கொண்ட இடம் இந்தத் திருத்தணி மாமலை. மணத்திற்கு ஏற்ற வளமுடைய மலை அது. தேவர்களுக்குச் சிகாமணியாக இருக்கிற பெருமான், தேவலோகத் தில் ஒரு கல்யாணத்தைப் பண்ணிக் கொண்டாலும் அதைவிடச் சிறந்த கல்யாணம் ஒன்றைத் திருத்தணிகையில் பண்ணிக் கொண் டான். அது அவன் பெரும் கருணையைக் காட்டுகிறது. "தேவர் களுக்கு எல்லாம் சிகாமணியாக இருக்கிறவனே, திருத்தணி மாமலையில் வாழும் சேவற் கொடி உடையானே, இந்த உயிருக்கு மோசம் வருமே, மரணம் வந்துவிடுமே என்று பயந்து, அது காரணமாக உன் திருவடிகளைச் சேவிக்கின்ற நினைப்பு இல்லாமல் இருக்கிறேனே! முன்னைப் பிறவியில் செய்த பாவந்தான் நான் இப்படி இருப்பதற்குக் காரணம். அந்தப் பாவத்தை நீ

தீர்த்து அருள வேண்டும்" என்று இந்தப் பாட்டில் நமக்காக அருணகிரியார் வேண்டிக் கொள்கிறார்.

ஆவிக்கு மோசம் வருமாறு
அறிந்துஉன் அருட்பதங்கள்
சேவிக்க என்று நினைக்கின்றி
லேன்வினை தீர்த்தருளாய்;
வாவித் தடவயல் சூழும்
திருத்தணி மாமலைவாழ்
சேவல் கொடிஉடை யானே,
அமரர் சிகாமணியே!

[உயிருக்கு நஷ்டம் வரும் வண்ணத்தை உணர்ந்து உன் அருள் வடிவான திருவடியைப் பணிய வேண்டும் என்று நான் நினைக்கவில்லை; இதற்குக் காரணமான பாவத்தைப் போக்கி அருள்புரிவாய்; பொய்கையோடு சேர்ந்த விசாலமான வயல்கள் சுற்றியுள்ள திருத்தணிகையென்னும் பெருமையையுடைய மலையில் வாழும், சேவற்கொடியை உடைய பெருமானே, தேவர்களுக்குச் சிகாமணி போன்றவனே!

வருமாறு - வரும் ஆற்றை. சேவிக்க என்று - நான் சேவிப்பேனாக என்று; சேவிக்க: வியங்கோள். வினை - பாவம். வாவித் தடவயல் - வாவியோடு கூடிய தடவயல். சிகாமணி-முடியின் மேல் அணியும் மணி; என்றது சென்னியால் வந்திக்கும் உயர்வுடையாய் என்றபடி.]

மரணத்திலே பயமும் அது காரணமாக அதைப் போக்கிக் கொள்ள முருகனிடத்தில் ஆழ்ந்த பக்தியும் உண்டாக வேண்டும் என்பது கருத்து.

இருதலைக் கொள்ளி எறும்பு

வாழ்க்கைச் சித்திரம்

சில பத்திரிகைகளில் குழந்தைகளுக்காகச் சில சித்திரங்கள் வரும். சுற்றிச் சுற்றி வருகின்ற சில கோடுகளைப் போட்டு, உள்ளே இருக்கும் ஒருவன் கோட்டையைத் தாண்டி வெளி வருவதற்கு வழி கண்டுபிடியுங்கள் என்று போடுவார்கள். ஐந்தாறு வழிகள் வெளியே வருவதற்கு இருப்பது போலத் தோன்றும். ஆனால் ஒரு வழியைத் தவிர மற்றவையெல்லாம் எங்கோயாவது ஓரிடத்தில் போய் நின்றுவிடும்படி அமைந் திருக்கும். சரியான வழி, பலவிடங்களில் சுற்றிச் சுற்றிப் போய்க் கடைசியில் வெளியில் வரும்படி அமைந்திருக்கும். அத்தகைய சித்திரத்தைப் பத்திரிகைகளில் பார்த்திருக்கிறோம்.

மனிதன் வாழ்நாள் ஒரு வகையில் அந்தச் சித்திரத்தைப் போன்றதுதான். அந்தச் சித்திரத்திலே வெளியில் வருவதற்கு ஒரு வழியாவது இருக்கும். ஆனால் நம் வாழ்க்கைச் சித்திரத்தில், வெளியில் வர வழியே இல்லை. வெளியில் வர வேண்டுமென்ற ஆசை உடையவனுக்குக் கூட வழி தெரியாமல் சுழன்று சுழன்று வரும்படியாக அமைந்திருக்கிறது இந்தச் சித்திரம். அதற்குக் காரணம் நம் மனந்தான். போன போன இடங்களில் எல்லாம் பதிந்து கொண்டு எந்த இடத்தில் இருந்தும் மீள ஒட்டாமல் மனம் பற்றை வளர்த்துக் கொள்கிறது.

நட்பும் பகையும்

நாம் வாழ்கின்ற காலம் மிகக் குறைவு. அந்தக் காலத்திற்குள் நாம் தெரிந்து கொள்ளும் செய்திகள் பல. எதனைத் தெரிந்து கொண்டாலும் தெரிந்து கொள்ளாவிட்டாலும் நம்முடைய

முடிந்த முடிபாகிய லட்சியத்திற்கு அநுகூலமான வழியைத் தெரிந்து கொள்ள வேண்டும். ரெயில் வண்டியில் ஏற வந்தவன் ரெயில்வே ஸ்டேஷனில் கண்ட நண்பனோடு பேசிக் கொண்டே இருந்தால், வண்டி வந்து நிற்பதுகூட மறந்துவிடும். வண்டி நிற்கிற வரைக்கும் அவனோடு பேசலாமே என்று ஆரம்பித்தவன் வண்டி புறப்பட்ட பிறகும் பேச்சுச் சுவாரசியத்தில் அதை மறந்து நிற்பான். இப்படித்தான் இந்த உலகத்தில் தோன்றிய மனிதன் இருக்கிறான். தன்னுடைய சரீரத்தைக் காப்பாற்றுவதற்குப் பலபேருடைய துணையை நாடுகிறான். இதனை வளர்ப்பதற்கும் சுகம் பெறுவ தற்கும் பல செயல்களைச் செய்கிறான். நாளுக்கு நாள் பல பேருடைய தொடர்பும் ஏற்படுகின்றது. இந்தத் தொடர்பினால் நட்பும் பகையும் விளைகின்றன. நட்புக் காரணமாக மகிழ்ச்சியும், பகை காரணமாக அச்சமும் துன்பமும் அடைகிறான். "உலகத்தில் இருக்கும்போது ஏதாவது செயல் செய்யத்தானே வேண்டும்? மற்றவர்களோடு பழகத்தானே வேண்டும்?" என்ற கேள்விகள் எழலாம். பழகுவது வேறு, பதிவது வேறு. பிள்ளைப் பூச்சி சேற்றிலே பல காலம் ஊர்ந்து கொண்டிருந்தாலும் சேறு ஒட்டாமலே வளைய வருகிறது. அதுபோல் நாம் எல்லாவற் றோடும் பழகிக் கொண்டிருந்தாலும் அவற்றோடு ஒட்டாமல் வாழப் பழக வேண்டும். நம்முடைய லட்சியம் இன்னதென்று தெரிந்து வாழ வேண்டும்.

பற்றின்றி வாழ்தல்

சமுதாயத்திற்கு வேண்டிய காரியங்களைச் செய்து கொண்டு, அவ்வப்போது நமக்குத் துணையாகின்றவர்களோடு அன்பு செய்து வாழ்வது தவறு அன்று. ஆனால் அப்படி வாழ்கின்ற இடத்திலும், பழகுகின்ற மனிதர்களிடமும் பற்று வைத்து, எந்தக் காலத்திலும் பிரியாமல் இருக்க வேண்டுமென்ற உணர்ச்சியைக் கொள்வது ஆபத்தை உண்டாக்கும். நம்மோடு பிறப்பிலே தொடர்ந்து வந்து இறக்கும் வரைக்கும் இருக்கும் இந்த உடம்பே வாழ்நாள் முடிந்தவுடன் நம்மைப் பிரிந்து விடுகிறது; அல்லது நாம் இதைப் பிரிந்து விடுகிறோம்.

அப்படி இருக்க, பிறந்த பிறகு தொடர்ந்த தொடர்புகள் நம்மோடு ஒட்டிக் கொண்டிருக்குமா? ஒட்டிக் கொண்டிராதவற்றை மனத்திலே பற்றிக் கொள்வதுதான் பற்று. அப்படிப் பற்று வளர்வதனால் மனத்திலே துயரம் மிகுகிறதேயன்றி அமைதி உண்டாவதில்லை.

**"யாதனின் யாதனின் நீங்கியான் நோதல்
அதனின் அதனின் இலன்"**

என்பது திருக்குறள். பல வகையான பற்றுக்களை உள்ளத்தில் ஏற்றிக் கொண்டு எந்தப் பக்கம் திரும்பினாலும் சேற்றிலே அமிழ்வது போலப் பாசத்திலே அமிழ்ந்து கொண்டிருக்கிறோம். என்றைக்காவது சிறிது உணர்வு வந்து அவற்றிலிருந்து விடுபட வேண்டுமென்றால் முடிவதில்லை; எந்தப் பக்கத்திலும் நம்மை அழுத்துகின்ற பாசம் இருப்பதைப் பார்க்கிறோம். பாசத்தைவிட்டு நீங்குவதற்கு ஒரு சிறிய வழிகூடக் காணாமல் திண்டாடுகிறோம்.

பற்றினால் அமைதியின்மை

கல்யாணம் பண்ணிக் கொண்டு மனைவியோடு வாழ்கிறவன் சிறிது நேரம் கடவுளை எண்ணலாம் என்றால், மனைவியோடு பேசிவிட்டு அவள் தூங்கும்போது எண்ணலாம் என்ற நினைவு வருகிறது. மனைவியோடு பேசி அவள் தூங்கின பிறகோ, 'நாமும் தூங்கிவிடலாம்; நாளைக்குத் தியானம் பண்ணிக் கொண்டால் போகிறது' என்ற நினைவு வருகிறது. மறுநாள் எழுந்தாலோ கடைகண்ணிக்குப் போகிற வேலை முன்னாலே வந்து நிற்கிறது. 'இன்று இரவு அவசியம் நாம் தனித்திருந்து தியானம் பண்ண வேண்டும்' என்று நினைக்கிறோம். அந்த இரவு நமக்கு வேண்டிய நண்பர் ஒருவர் வந்துவிடுகிறார். 'அவர் தினந்தோறுமா வருகிறார்? இரண்டு மாதத்திற்கு ஒரு முறை வருகிறவரோடு பேசாமல் என்ன செய்வது? தியானம் எங்கே போகிறது? நாளைக்குப் பண்ணிக் கொள்ளலாம்' என்று மறுநாளைக்கு ஒத்திப் போடுகிறார். அடுத்த நாள் நமக்கு உடம்பு சரியில்லாமல்

போய்விடுகிறது; சிறிது ஜுரம் வருகிறது. அன்றைக்கும் தியானம் செய்ய முடிவதில்லை. இப்படியாக ஒவ்வொரு நாளும் நாம் அமைத்துக் கொண்ட பற்றுகள் காரணமாகச் சிறிது நேரம் ஓய்வாகவும், அமைதியாகவும் இருக்க வழி பிறப்பது இல்லை. மற்றவற்றைத் தள்ளிப் போடுவதில்லை; இதை மாத்திரம் எளிதிலே தள்ளிப் போட்டுக் கொண்டே போகிறோம்.

இப்படியின்றி எந்தக் காரியம் இருந்தாலும் இல்லாவிட்டாலும் இறைவனைத் தியானம் பண்ணுவது அவசியம் என்ற உணர்ச்சி இருந்தால் எப்படியாவது அந்த நேரத்தில் தனிமையை நாடுவோம். வீட்டிலே தக்க இடத்தில் அமர்ந்து சுவையான உணவை உண்ணும் ஒருவன் கடுமையான வேலையில் ஈடுபட்டு வீட்டுக்குப் போக முடிவதில்லையானால், தான் பணிபுரியும் அந்த இடத்திற்குச் சோற்றை வருவித்து உண்ணுகிறான். வண்டி யில் பயணம் செய்கிறவன் வண்டி ஓடும்போதே ஏதாவது வாங்கி உண்ணுகிறான். ஓட்டத்தில் இருக்கிறவன் ஓடும் போதே எதையாவது கிடைத்ததைக் கொண்டு வயிற்றை நிரப்புகிறான். மற்றக் காரியங்களில் ஈடுபடுகிறபோது உண்ண வேண்டிய அவசியம் இல்லையென்று அதை ஒதுக்க முடியாது. எப்படியாவது உண்ணு வதற்கும், உறங்குவதற்கும் நேரத்தைக் கண்டுபிடித்துக் கொள்கிறான். உண்ணுவது முயற்சியினாலே வருவது; உறங்குவது தானே வந்துவிடுகிறது. இறைவனைத் துதிப்பதற்கும், தியானம் செய்வதற்கும் ஒருவனுக்கு உண்மையான சிரத்தை இருந்தால் எந்த நிலையிலும் உணவைப் போகிற இடத்தில் பெற்று உண்ணு வது போல அவற்றைச் செய்துவிடுவான். அப்படிச் செய்யாமல் இருப்பதற்குக் காரணம் மற்றப் பொருள்களில் வைத்த பற்றுத்தான்.

பற்று வைத்தவன் சிறிதே உணர்வு வந்தபோது, எந்தப் பக்கம் வந்தாலும் அவன் வெளியே வர முடியாதபடி அந்தப் பற்று அவனுக்குத் தடையாக இருப்பதைக் காண்கிறான். இடப்பக்கம் போனால் மனைவி வந்து நிற்கிறாள். வலப்

பக்கம் போனால் மக்கள் வந்து நிற்கிறார்கள். இவர்களுக்கு வேண்டிய வற்றைச் செய்வதையே கடமையாகத் தீரமானித்துக் கொண்டிருக்கிறான். அதனால் இறைவனைத் தியானிக்கும் கடமையைச் சற்றே தள்ளி வைக்கப் பார்க்கிறான். இப்படியேதான் பொழுது போய்க் கொண்டிருக்கிறது. துணிவு இல்லாமல், பற்றின பற்றை நழுவ விடுவதற்குரிய தைரியம் இல்லாமல், எந்த நிமிஷத்திலும் தனியாக வந்து அமர்ந்து கொள்வதற்குரிய பழக்கம் இல்லாமல் திண்டாடுகிறான்.

இருதலைக் கொள்ளி எறும்பு

இதற்கு எதையாவது உவமை சொல்லலாமே! இருதலைக் கொள்ளிக்கு இடையில் அகப்பட்ட எறும்பு திண்டாடுவது போல நாம் திண்டாடுகிறோம். இருதலைக் கொள்ளி எறும்பு போல என்பது ஒரு பழமொழி. இரண்டு பக்கமும் தீ எரிந்து கொண்டிருக்கும் கொள்ளியினிடையே அகப்பட்ட எறும்பு எந்தப் பக்கமும் போக முடியாது. கீழே குதித்து விடலாம். ஆனால் ஒரு மூங்கிலில் இரண்டு பக்கமும் தீப் பிடித்து விடுகிறது. அந்த மூங்கிலுக்குள்ளே ஓர் எறும்பு அகப்பட்டுக் கொள்கிறது. அப் போது இரண்டு பக்கத்திலும் போக முடியாது; தீ இருக்கிறது. வெளியில் குதிக்கவும் முடியாது; சுற்றிலும் மூங்கில் குழாய் இருக்கிறது. அந்த எறும்பு உய்வதற்கு வழியே இல்லை. அப்படித் தான் நம்முடைய பற்றுக்களை வளர்த்துக் கொண்டிருக்கிறோம்.

முத்தொள்ளாயிரப் பாடல்

இருதலைக் கொள்ளியினுள் அகப்பட்ட எறும்பைப் பல புலவர்கள் எடுத்து ஆளுகிறார்கள். முத்தொள்ளாயிரம் என்ற நூலில் ஒரு தலைவி தன் நிலையைப் பற்றிச் சொல்லுகிறாள். சோழன்மேல் காதல் கொண்டவள் அவள். அவனுடைய பேரழகைக் கண்டு தன் உள்ளத்தை இழந்தாள். அவனிடம் நேரே சென்று தன் காதலைச் சொல்லலாம் என்றாலோ நாணம் வந்து தடுக்கிறது. அவனை அடைந்து இன்புறா

விட்டாலோ பெண்மைக்குரிய நலம் அழிந்து போய்விடும். இப்படி இரண்டு பக்கத்திலும் அவ ளுக்குச் சங்கடம் இருக்கிறது. எதையும் செய்ய முடியாமல் திண் டாடுகிறாள். இரவு முழுவதும் இருதலைக் கொள்ளி எறும்பு போலவே இரண்டு தலையிலும் உள்ள துன்பத்தை எண்ணி அவள் நெஞ்சு சுழலுகிறது. இரண்டு தலைப்பிலும் கொள்ளியாக. இருக்கும் மூங்கில் குழாய்க்குள் அகப்பட்ட எறும்புபோலத் தன்னுடைய நெஞ்சம் அங்கும் இங்கும் போய்த் திறந்த வழி காணாமல் திண்டாடுகிறதாக அவள் சொல்கிறாள்.

"நாண்ஒருபால் வாங்க நலன்ஒருபால் உள்நெகிழ்ப்பக் காமருதோட் கிள்ளிக்கென் கண்கவற்ற - யாமத்து இருதலைக் கொள்ளியின் உள்ளெறும்பு போலத் திரிதரும் பேருமென் நெஞ்சு."

மணிவாசகர் வாக்கு

இந்த உவமையையே மணிவாசகப் பெருமான் ஆளுகிறார். இறைவனைப் பிரிந்து பிரபஞ்சம் என்னும் சேற்றுக்குள் சுழன்று எந்தப் பக்கமும் போய் விடுதலையைப் பெற முடியாமல் நிற்கிறோம். அதற்கு இருதலைக் கொள்ளியின் உள்ளே உள்ள எறும்பை உவமிக்கிறார். "எம்பெருமானே, இருதலைக் கொள்ளி யின் உள்ளே இருக்கும் எறும்பு போல, உன்னைப் பிரிந்து எந்தப் பக்கமும் செல்ல முடியாதபடி நான் துன்புறுகின்றேன். என்னை இப்படி விட்டு விட்டிருக்கலாமா?'' என்று அலறுகிறார்.

"இருதலைக் கொள்ளியின் உள்ளெறும் பொத்து நினைப்பிரிந்த விரிதலை யேனை விடுதிகண்டாய்; வியன் மூவுலகுக்கு ஒருதலை வா,மன்னும் உத்தர கோசமங் கைக்கு அரசே, பொருது அலை மூவிலை வேல்வலன் ஏந்திப் பொலிபவனே."

அருணகிரியார் பாடல்

இவற்றை எல்லாம் இப்போது மனத்தில் பதித்துக் கொண்டால் அருணகிரி நாதப் பெருமான் சொல்கிற ஒரு பாட்டுக்கு விளக்கம் பெற உதவியாக இருக்கும். அவரும் இருதலைக் கொள்ளி எறும்பைச் சொல்கிறார். ஆனால் அந்த இரு தலையும் இன்னவை என்று சுட்டிக் காட்டவில்லை. 'இருதலைக் கொள்ளி யின் நடுவிலுள்ள எறும்பு போல் நான் குலைந்து கொண்டிருக்கிறேன்; அதனால் எனக்கு உண்டான துயரம் வளர்ந்து வருகிறது. அதனை ஒழிக்க வேண்டும்' என்று முருகனிடத்தில் பிரார்த்திக்கிறார்.

கொள்ளித் தலையில் எறும்பது போலக் குலையும் என்றன்
உள்ளத் துயரை ஒழித்து அருள்வாய், ஒருகோடி முத்தம்
தெள்ளிக் கொழிக்கும் கடல் செந்தில் மேவிய சேவகனே!

இந்த உவமையைச் சற்றே விரித்துப் பார்க்க வேண்டும். இரண்டு பக்கமும் கொள்ளி உள்ள ஓரிடத்தில் எறும்பு நிற்பது போல நான் நிற்கிறேன் என்று சொல்கிறார். அந்த இரண்டு தலைகள் எவை? பலவற்றைச் சொல்லலாம்.

இரு தலை

இறப்பு பிறப்பு என்ற இரண்டும் நம்முடைய வாழ்க்கை யின் இரண்டு தலைப்பிலும் உள்ளவை. கொள்ளியின் ஒரு தலைப் பாகிய பிறப்புத் துன்பத்திலிருந்து வெளிப்பட்டு வந்திருக்கி றோம். மறுபக்கத்தில் இறப்பு என்னும் துன்பம் இருக்கிறது. இந்த இரண்டுக்கும் நடுவில் உள்ள வாழ்க்கையில் நின்று குலை கிறோம். இப்படி ஒரு பொருள் சொல்லலாம்.

சென்ற பிறவியில் நாம் செய்திருக்கும் புண்ணிய பாவங்கள் இந்தப் பிறவியில் வந்து பயனைத் தருகின்றன. இவற்றை ஊழ் வினை என்றும் பிராரப்தம் என்றும் சொல்வார்கள். அதன்படி நம்முடைய அனுபவங்கள் அமைகின்றன. ஆனால் இந்த வாழ்க்கை யில் நமக்குரிய கருவி கரணங்களை எல்லாம் கொண்டு பல செயல்களைச் செய்கிறோம். முன்னைப்

பிறவியில் நாம் செய்த செயல்களின் விளைவாகப் புண்ணிய பாவங்கள் நமக்குக் கிடைத்தன. அவற்றின் பயனைச் சுகமாகவும் துக்கமாகவும் இந்தப் பிறவியில் அடைகிறோம். முன்னை வினையின் விளைவு இது. இந்த அநுபவம் அன்றி, புதிய செயல்களைச் செய்கிறோம். அந்தச் செயல்களின் பயன் அடுத்த பிறவியில் கிடைக்கும். எனவே இந்தப் பிறவியில் முன்னை வினைப் பயனால் வரும் அநுபவமும், புதுச் செயல்களினால் வரும் புண்ணிய பாவங் களும் இருக்கின்றன. இந்த இரண்டுக்கும் நடுவில் நாம் குலைந்து நிற்கிறோம்.

அநுபவம் இப்படி வருகிறதே என்று பார்த்தால் அதற்கு மூலகாரணம் முன்னை வினை என்று தெரிகிறது. அந்த அநு பவத்தை மாத்திரம் அநுபவித்துச் செயல் இல்லாமல் இருக்கலாமே என்றால், நம்முடைய மன நிலை அதற்கு அமைந்ததாக இல்லை. ஏதாவது செய்து கொண்டே இருக்கிறோம். இப்படி முன்னை வினையின் விளைவுக்கும், இப்போது செய்யும் செயலுக்கும் இடையில் நின்று திண்டாடுகிறோம். இதுவும் இருதலைக் கொள்ளி எறும்பின் நிலைதான்.

நம்முடைய வாழ்க்கையில் நமக்கே சில சமயங்களில் சில எண்ணங்கள் தோன்றுவது உண்டு. வேறு சிலருடைய அறிவுரை களையும் ஏற்றுக் கொள்கிறோம். திண்மையான மனம், தன்னுடைய எண்ணத்தில் சிறந்தன இருந்தாலும் பிறர் உபதேசங் களில் சிறந்தன இருந்தாலும் ஏற்றுக் கொள்ளும். அது இல்லாதவனுக்குப் பிறர் உபதேசம் செய்கிறபோது நல்லதாகத் தோற்றும். அடுத்தபடி அதற்கு மாறாகத் தன் எண்ணமே சிறந்ததாகத் தோற் றும். இப்படி நம்முடைய அறிவுக்கும், பிறருடைய உபதேசத்திற்குமிடையே நின்று இதுவோ அதுவோ என்று சந்தேகப் பிறவிகளாகத் திண்டாடுகிறோம். ஒரு பக்கத்தில் நம்முடைய எண்ணங்கள் இருக்கின்றன. மற்றொரு பக்கத்தில் பிறருடைய உபதேசம் இருக்கிறது. இருதலைக் கொள்ளியிடை எறும்பு போல, இன்னதுதான் செய்வது என்று தெரியாமல் அப்போது

திண்டாடுகிறோம். எண்ணத்தில் திண்மை இல்லாமையினால் வந்த விளைவு இது. இப்படியும் இருதலைக் கொள்ளி எறும்பு நிலை ஒன்று உண்டு.

இறைவனுடைய திருவருளைப் பெற வேண்டுமென்று முயலும் போதுகூடப் பல சமயங்களில் இப்படி இரண்டு வேறு எண்ணங்கள் வந்து மோதுகின்றன. இறைவனுடைய திருநாமத்தைச் சொல்லித் திருவுருவத்தைக் கண்டு பக்தி செய்ய வேண்டுமென்று நம்முடைய பெரியவர்கள் சொல்லியிருக்கிறார்கள். நாம் அதை நம்பி வருகிறோம். ஆனால் ஒரு சாரார், இறைவன் குணம் குறி கடந்தவன், அவனுக்கு விக்கிரகம் கூடாது என்று சொல்லுகிறார்கள். நம்முடைய முன்னோர்கள் சென்ற நெறியும், புதிய அறிவாளிகள் சொல்லும் நெறியும் ஒன்றுக்கொன்று மாறுபாடாகத் தோற்றுகின்றன. அவற்றின் நடுவில் நின்று இன்னது செய்வது என்று தெரியாமல் நாம் திகைக்கிறோம். இது ஒருவகை இரு தலைக் கொள்ளி எறும்பின் நிலை.

தர்ம சங்கடங்கள்

உலக வாழ்க்கையில் எத்தனையோ தர்ம சங்கடங்கள் உண்டாகின்றன. இரண்டு வகையான தர்மம் ஒன்றுக் கொன்று எதிராக நிற்கும்போது தர்ம சங்கடம் எழுகிறது. ஒரு பாம்பு இரையை உண்ண வருகிறது. அப்போது பாம்பை அடித்தால் அதைக் கொன்றவர் ஆகிறோம். அடிக்காமல் இருந்தால் இரை யாகிற பிராணியைக் கொலை செய்தது போன்ற துயரம் வருகிறது. இந்த இரண்டுக்கும் நடுவில் நின்று திகைக்கின்றோம். தர்ம சங்கடமான நிலை அப்போது வருகிறது.

இப்போது எங்கே பார்த்தாலும் விஞ்ஞானத்தைப் பற்றிய பேச்சாக இருக்கிறது. மனிதன் வாழ வேண்டுமானால் விஞ்ஞானத் தின் முயற்சியும், தொழில் முயற்சியும் சிறந்து நிற்க வேண்டு மென்று அரசியல் தலைவர்கள் சொல்லிக் கொண்டிருக்கிறார்கள்.

வாழ்க்கை நன்றாக முன்னேறினால் தான் சமுதாயம் முன்னேற முடியும் என்பதை அவர்கள் வற்புறுத்துகிறார்கள். அதே சமயத் தில் நம்முடைய ஞான நூல்கள், ஒவ்வொருவனுக்கும் தன் னுடைய ஆன்மா கடைத்தேறும் வழியைப் பார்க்க வேண்டு மென்று சொல்கின்றன. விஞ்ஞானம் மெய்ஞ்ஞானம் ஆகிய இரண்டும் ஒன்றுக்கொன்று போட்டியாக நிற்கின்றன என்று தோன்றுகிறது. இந்த இரண்டுக்கும் நடுவில் இன்னது செய்வது என்று தெரியாமல் திண்டாடுகிறோம்.

பல இரட்டைகள்

இப்படியல்லாமல் வேறு இரட்டைகளும் மோதுவது உண்டு. இரண்டு பேரை ஆசிரியராகக் கொண்டாலும், இரண்டு பேரை மனைவிகளாகக் கொண்டாலும், இரண்டு கடையில் கணக்கு வைத்துக் கொண்டாலும், இரண்டு பேரைத் துணையாக கொள்ள நேர்ந்தாலும், இரண்டு வீட்டுக்கு விருந்து சாப்பிட வருவதாகச் சொன்னாலும், இரண்டு பேரின் உரைகளைப் பார்த்துக் கொண்டிருந்தாலும் எதை மேற்கொள்வது என்ற திண்டாட்டம் வரும். இவைகளும் ஒருவகையில் இருதலைக் கொள்ளியினிடையே உள்ள எறும்பு போன்ற நிலையை உண் டாக்குகின்றன. இப்படிப் பார்த்தால் எறும்பின் நிலை பல பலவாக வருகின்றதைப் பார்க்கலாம். வாழ்வு முழுவதும் சில இரட்டைகளுக்கு நடுவில் நின்று திண்டாடுகிறோம். எப்படியோ நமக்கு இந்தத் திண்டாட்டம் விடுவதே இல்லை. இது போக வேண்டுமானால் நம் மனம் திண்மையுடன் இருக்க வேண்டும்.

இறைவனுடைய திருவடிப் பற்று ஒன்றுதான் அந்தத் திண்மையை உண்டாக்கும். எந்த வேலையைச் செய்தாலும் திருடனுக்குத் திருட்டிலே கண் இருப்பது போலவும், யாரிடம் காதல் செய்தாலும் பரத்தையர்களுக்கு வருமானத்தில் ஆசை இருப்பது போலவும், எத்தனைதான் பேசிக் கொண்டு வந்தாலும் கார் ஓட்டுகிறவனுக்குக் கைச் சக்கரத்தில் நோக்கம் இருப்பது போலவும், உலகில் எப்படி வளைய வந்தாலும்

எத்தனை பேர்களிடம் பழகினாலும் எத்தனை முயற்சியில் ஈடுபட்டாலும் நாம் ஆன்ம விடுதலை என்ற குறிக்கோளை மறந்துவிடாமல் இருக்க வேண்டும். இல்லையானால் பற்றுக்களில் ஆழ்ந்து துன்புற நேரும். அப்போது கொள்ளித் தலையில் எறும்பு போன்ற நிலை நமக்கு வரும். அப்படி வந்த பிறகு அதை மாற்ற வேண்டு மானால் மனத்தைத் துயரம் இல்லாமல் வைக்க வேண்டும். அதற்குத் தக்க வழி இறைவனுடையதிருவருளை எண்ணி ஏங்கு வதுதான். இறைவனை உறுதியாக உள்ளத்தில் நட்டுவிட்டால் வேறு வகையான பற்றுகள் அங்கே வந்து துன்பத்தைத் தாரா.

பற்று நீங்க வழி

நாம் இறைவனை அடைய வேண்டும். பற்றுக்கள் எல்லாம் அற்றால் இறைவனை அடைய முடியும்.

"அற்றது பற்றெனில் உற்றது வீடு"

என்று ஆழ்வார் சொல்வார். பற்றோ அறுவதாக இல்லை. என்ன செய்வது? பற்றுக்கள் அறுவதற்கும் இறைவனைத் தியானம் பண்ண வேண்டுமென்று வள்ளுவர் சொல்கிறார். பற்று அறுவ தற்கு இறைவனைப் பற்றிக் கொள்வது ஒன்று. பற்று அற்றபின் இறைவன் அருள் அநுபவம் உண்டாவது வேறு.

**"பற்றுக பற்றற்றான் பற்றினை அப்பற்றைப்
பற்றுக பற்று விடற்கு"**

என்பது திருக்குறள். சமுத்திரத்தில் அலை ஓய்ந்த பிறகு நீராடுவோம் என்று இருந்தால் என்றைக்கும் நீராட முடியாது. அதுபோல் பற்று எல்லாவற்றையும் அறவே விட்டுவிட்டு இறைவனைப் பற்றிக் கொள்ளலாம் என்றால் அது நடவாத காரியம். கங்கையில் போய் நீராடுகிறவனுக்கு அழுக்கான வேட்டி இருக்கிறதே என்ற கவலை வேண்டுவதில்லை. அங்கே போய் வேட்டியையும் துவைத்துக் கொள்ளலாம்; நீரிலும் ஆடலாம்; தாகத்தையும் தணித்துக் கொள்ளலாம்.

ஆற்றங்கரைக்குச் சென்று தண்ணீர் குடிக்க எண்ணும் ஒருவன் சேற்றுக் கையோடு போகி றான். அந்தக் கையினாலே தண்ணீரைக் குடிக்க முடியாது. ஆகை யால் முதலில் அந்தத் தண்ணீரில் கையைக் கழுவிக் கொள் கிறான். பின்பு அந்தத் தண்ணீரை அருந்துகிறான். அதுபோல் இறைவனைப் பற்றிக் கொள்வதனால் சேறுபோல் இருக்கிற பற்று முதலில் போகும். பின்பு அவனோடு ஒன்றுபடலாம். இந்த எண்ணத்தோடுதான்,

***"பற்றுக பற்றற்றான் பற்றினை அப்பற்றைப்
பற்றுக பற்று விடற்கு"***

என்று சொன்னார். பற்று இல்லாமல் வாழ்கிறவர்களுக்குப் பற்றைப் பற்றிக் கவலை இல்லை. நாள்தோறும் பற்றுக்களைப் பெருக்கிக் கொண்டு தொட்ட தொட்ட டங்களில் எல்லாம் மனத்தைப் பதித்து ஒன்றிலிருந்தும் பிரிய முடியாது வாழ்கின்ற நமக்கு அந்த நிலையினின்றும் மீள்வதற்கு வழி ஒன்றே ஒன்று தான். அது இறைவனைப் பற்றிக் கொள்வது.

ஆகையால் அருணகிரிநாதர், "இருதலைக் கொள்ளி எறும்பு போல இருக்கும் என்னை நீ வந்து காப்பாற்ற வேண்டும்; என் உள்ளத் துயரத்தை நீக்க வேண்டும்" என்று இறைவனைப் பற்றிக் கொண்டு வேண்டுகிறார்.

**கொள்ளித் தலையில் எறும்பது போலக் குலையும் என்றன
உள்ளத் துயரை ஒழித்தருள்வாய்**

திருச்செந்தூர்

இந்த விண்ணப்பத்தை அவர் திருச்செந்தூரில் உள்ள எம்பெருமானிடத்தில் சமர்ப்பிக்கிறார். திருச்செந்தூரை எண்ணும் போது அதன் கடற்கரை நினைவுக்கு வருகிறது. எப்போதும் அலை மோதுகின்ற கடற்கரையில் செந்தில் ஆண்டவன் எழுந் தருளியிருக்கிறான். அந்த ஊருக்கே அலைவாய் என்று பெயர். அங்குள்ள கடற்கரை அழகியது.

முத்துக்களை அலைகள் கொண்டு வந்து கொழிக்கின்றன. கோடிக்கணக்கான முத்தங்களை அங்கே கொண்டு வந்து சேர்க்கின்றன. திருச்செந்தூரில் எம்பெருமானுடைய சந்நிதானத்தில் நின்ற அருணகிரிநாதப் பெருமானுக்கு இப்படி ஒரு கற்பனை தோன்றுகிறது.

ஒரு கோடி முத்தம்
தெள்ளிக் கொழிக்கும் கடல் செந்தில் மேவிய சேவகனே!
வள்ளிக்கு வாய்த்தவனே! மயில் ஏறிய மாணிக்கமே!

எம்பெருமான் வீரனாக வேலாயுதத்தைக் கையில் வைத்திருக் கிறான். சூரபன்மனைச் சங்காரம் செய்வதற்காகத் திருச்செந்தூரி லிருந்து வீரவாகு தேவரைத் தூது அனுப்பினான். அங்கே படைவீடு கொண்டான். அங்கே இருந்து தான் யுத்தத்திற்குப் புறப்பட்டான். ஆகவே அவன் அங்கே போர் வீரனாக எழுந்தருளி யிருந்தான். பின்பு வெற்றி யபிஷேகமும் அங்கே நடைபெற்றது. ஐயத்தைக் கொண்டாடியமையால் ஐயந்தி என்ற பெயர் அதற்கு உண்டாயிற்று. முருகன் வீரனாக, சேவகனாக அங்கே எழுந்தருளியிருக்கிறான்.

தெள்ளிக் கொழிக்கும் கடல்செந்தில் மேவிய சேவகனே!

அலைகள் முருகப் பெருமானுக்குக் கோடிக்கணக்காக முத்தங்களைக் கொண்டு தருகின்றனவாம். கடற்கரையில் அலை மோதும்போது கரை குலைவதை நாம் பார்த்திருக்கிறோம். ஆனால் இங்கே அருணகிரிநாதப் பெருமான் அதைச் சொல்லவில்லை. அலைகளால் நலம் விளைகிறது என்று சொல்கிறார். அலைகள் கோடிக்கணக்கான முத்தங்களை கொண்டு வந்து சேர்க்கின்றனவாம். நம்முடைய உள்ளத்தில் கூடத் துயர் அலை மோதும்போது நாம் கவலை அடைகிறோம். மணல் கரையாக நம் உள்ளம் இருப்பதுவே காரணம். அப்படியின்றி இறைவனுடைய திருக்கோயிலாக இருக்குமானால் உலக வாழ்க்கையில் வந்து வந்து மோதுகின்ற சுக துக்கமாகிற அலைகளிலிருந்து கிடைக்கின்ற

அரிய முத்தங்களாகிய உண்மைகளைத் தெரிந்து கொள்ளலாம்.

சேவகன்

அங்கேயுள்ள எம்பெருமான் சேவகனாக, பெரு வீரனாக இருக்கிறான். வீரம் உடையவனை அழகிய பெண்கள் நாடி வருவார்கள். வீரம் உடையவனைக் காதல் செய்ய விரும்புவது அழகிகளின் இயல்பு. இங்கே வீரத்தினால் சூரபன்மாவை அழித்த எம்பெருமான் வள்ளி நாயகனாக விளங்குகிறான். வீரரில் சிறந்த வீரனாகிய ஆண்டவன் பேரழகு உடையவன். அவனுக் குள்ள செல்வத்துக்குக் குறைவு இல்லை. அவனே அறிவிற் சிறந்த ஞான மூர்த்தியாக இருக்கிறான். ஆடவருக்கு வேண்டிய எல்லா நலங்களும் ஒருங்கே பொருந்திய அந்தப் பெருமானை மணவாளனாக அடைய வேண்டுமென்றால் எத்தனையோ தவம் செய்திருக்க வேண்டும். வள்ளியம் பெருமாட்டி அந்தத் தவம் உடையவள். அவளுக்கு அவன் காதலனாக வாய்த்தான். பேரழகி யாகிய வள்ளி பெருங் கருணையுடைய எம்பெருமானை அடைந்தது நமக்குத் தைரியம் ஊட்டுகின்ற செயல். வீரத்தினால் சிறப்புப் பெற்ற செந்தூர் ஆண்டவன், காதலுடைய வள்ளிக்கு மணவாளனாகி, மயில்மேல் ஏறி ஒளி வீச வருகிறான். மயிலேறிய மாணிக்கமாக விளங்குகிறான். அவனுடைய திருக்கோலம் அவனுடைய வெற்றிச் சிறப்பையும் காதல் சிறப்பையும் பேரழகையும் காட்டுகிறது.

கடல் செந்தில் மேவிய சேவகனே!
வள்ளிக்கு வாய்த்தவனே! மயில் ஏறிய மாணிக்கமே!

மாணிக்கம்

மாணிக்கம் தானே ஒளி வீசும்; அது சுயம்பிரகாசமானது. ஆண்டவன் என்றைக்கும் மாறாத தேசு உடையவன். அவன் செக்கச் செவேல் என்று இருக்கிறான். மாணிக்கம் பச்சையின் நடுவில் இருந்தால் பின்னும் ஒளி விட்டு விளங்கும். இங்கே முருகப் பெருமான் பசுந்தோகை மயில்மேல் ஏறி வருகிறான்.

மரகதத்தில் மாணிக்கம் பதித்தது போல இருக்கிறது அந்தக் காட்சி. மயிலேறிய மாணிக்கமாக அவனைப் பார்க்கும்போது அவன் அழகு நம் கண்ணை விட்டு மறைந்துவிடாமல் நம் மனத்திலும் நிற்கிறது. அந்தப் பெருமானைப் பார்த்து, 'எம்பெருமானே, என் உள்ளத் துயரை ஒழித்தருள வேண்டும்" என்று வேண்டுகிறார் அருணை முனிவர்.

பல அலைகள் மோதினாலும் திண்மையான அலைவாயில் திருக்கோயில் கொண்டு எம்பெருமான் எழுந்தருளியிருக்கிறான். அதுபோல் அவன் திருவடியைப் பற்றிக் கொண்டால் ஆயிரம் ஆயிரம் துயர் அலைகள் வந்து மனத்தில் மோதினாலும் சற்றும் தளர்ச்சி அடையாமல் இருக்கலாம். இந்த இரண்டையும் ஒருங்கே நினைத்து இணைத்ததைப் போல இந்தப் பாட்டைப் பாடுகிறார்.

கொள்ளித் தலையில் எறும்பது
போலக் குலையும்என்றன்
உள்ளத் துயரை ஒழித்துஅரு
ளாய்ஒரு கோடிமுத்தம்

தெள்ளிக் கொழிக்கும் கடல்செந்தில்
மேவிய சேவகனே!
வள்ளிக்கு வாய்த்தவ னே! மயில்
ஏறிய மாணிக்கமே!

[இருதலைக் கொள்ளிக்கு நடுவான இடத்தில் அகப்பட்ட எறும்பைப் போல இன்ன நெறியில் செல்வது என்று தெரியாமல் மனம் குலையும் அடியேனுடைய உள்ளத்திலுள்ள துயரத்தை நீக்கி நின் திருவருளை வழங்க வேண்டும்; ஒரு கோடி முத்துக்களை அலைகள் எடுத்து வந்து குவிக்கும் கடலின் கரையில் உள்ள திருச்செந்தூரில் விரும்பித் தங்கும் பெருவீரனே! வள்ளிக்கு உரிய காதலனாக வாய்த்த பெருமானே! மயிலின்மேல் ஏறிப் பவனி வரும் ஒளியும் சிவப்பும் உள்ள மாணிக்கம் போன்றவனே!

கொள்ளித் தலையில் என்பது இருதலைக் கொள்ளியிடையே என்ற பொருளைக் குறிப்பால் புலப்படுத்தியது. எறும்பது; அது, பகுதிப் பொருள் விகுதி. குலையும் என்பது என் என்பதனோடும் சேரும்; உள்ளம் என்பதனோடும் சேரும். ஒரு கோடி என்பது அளவில்லாததைச் சுட்ட வந்த வாய்ப்பாடு. தெள்ளி - தெளிவாக எடுத்து. கொழிக்கும் - கொண்டு வந்து குவிக்கும். சேவகம் - வீரம். வள்ளிக்குத் தவப்பயனால் கிடைத்தவன். மற்றவருக்குக் கிடைப்பதற்கரியவன் என்பதை 'வாய்த்தவன்' என்பது குறிக்கிறது. வள்ளிக்கு அதிருஷ்டம் அடித்தது என்று சொல்வது போலச் சொல்கிறார்.

மாணிக்கம் நவரத்தினங்களில் தலைமையானது. இயல்பான ஒளியை உடையது. திண்மையானது. சிவப்பானது. பல அணிகளினிடையே கலந்து நின்றாலும் தனிச் சிறப்புடன் விளங்குவது. எப்போதும் விலை மதிப்புக் குறையாமல் இருப்பது. மன்னரின் முடிமேல் சிறந்து நிற்பது. குப்பையில் கிடந்தாலும் மதிப்புக் குன்றாதது. இத்தனை இயல்புகளையும் முருகனோடு சார்த்தி உவமையை விரித்துச் சொல்ல இடம் உண்டு.]

மெய்த்துணை

அஞ்சாமையும் அச்சமும்

கோழைகள் எதற்கும் அஞ்சுவார்கள், வீரர்கள் எதற்கும் அஞ்சமாட்டார்கள் என்று பொதுவாகச் சொல்கிறோம். ஆனால், வீரர்களும் அஞ்சுகின்ற நிகழ்ச்சிகள் உண்டு. அஞ்சுவதற்கு உரியனவற்றைக் கண்டு அஞ்சுவது ஒரு நல்ல இயல்பு.

"அஞ்சுவது அஞ்சல் அறிவார் தொழில்"

என்று வள்ளுவர் சொல்வார். வாழ்க்கையில் எத்தனையோ துன்பங்கள் வருகின்றன. அந்தத் துன்பங்களைக் கண்டு நாம் அஞ்சுகிறோம். துன்பங்கள் பலவானாலும் ஒருவாறு பசி,பகை, பிணி என்ற மூன்றுக்குள் அடக்கலாம். பழங்காலத்தில் மக்களைக் காப்பாற்றிய அரசர்கள் பகையும், பசியும், பிணியும் தவிர்ந்து குடி மக்கள் நல்வாழ்வு பெறும்படி செய்தார்களாம். நாம் அஞ்சுவதற்குரிய பொல்லாதவர்கள் யாராக இருந்தாலும் அவரைப் பகை என்பதில் அடக்கிவிடலாம். உடம்புக்கு வருகின்றது நோய். வயிற்றுக்கு வருகிறது பசி. பகையையும் நோயையும் இல்லாமல் பண்ணினாலும் பசியை இல்லாமல் பண்ண முடியாது.உடம்பு ஆரோக்கியமாக இருப்பதற்குப் பசி அறிகுறி என்று நினைக்கிறோம். பசியைப் போக்குவதற்கு உணவைத் தேட வேண்டியிருக்கிறது. இப்படி மனிதன் அஞ்சுவதற்குரிய பல நிகழ்ச்சிகள் வாழ்நாளில் இருந்து கொண்டிருக்கின்றன. அஞ்சாமல் வாழ்வதற்குரிய வகை இந்த மனித பிறவியில் இருப்பதாகத் தெரியவில்லை.

அஞ்சுவதற்குரியன வந்தாலும் அஞ்சாமல் இருக்கும் மன நிலை உள்ளவர்களும் இருக்கிறார்கள். பகையைக் கண்டு

அஞ்சா மல், தம்முடைய வீர மிடுக்கைக் காட்டுவதற்கு ஏற்ற வாய்ப்பு இது என்று எண்ணிக் கொதித்து எழுகின்ற வீரர்கள் இருக்கிறார் கள். பிணியைக் கண்டு அஞ்சாமல், அதனைப் போக்குவதற்குரிய மருத்துவர்கள் இருக்கிறார்கள் என்ற தைரியத்தில் வாழ்கின்றவர்களும் இருக்கிறார்கள். ஆகவே அச்சத்தைத் தருவனவற்றைக் கண்டு அஞ்சாமல் இருப்பதற்கு, அவற்றால் வரும் துன்பத்தைப் போக்கிக்கொள்ள முடியும் என்ற மன நிலையே காரணம். ஞானம் பெற்ற ஜீவன்முக்தர்கள் எதற்குமே அஞ்சமாட்டார்கள்.

"அஞ்சுவது யாதொன்றும் இல்லை; அஞ்ச வருவதும் இல்லை"

என்பது அப்பர் திருவாக்கு.

மரணம்

எல்லாருமே அஞ்சுவதற்குரிய நிகழ்ச்சி ஒன்று உண்டு. அது தான் மரணம் மரணத்திற்கு மிகப் பெரியவர்களும் அஞ்சுவார்கள் என்பதை முன்பே சில முறை பார்த்திருக்கிறோம். இறைவனுடைய திருவருளைப் பெற்றவர்கள் மிகத் திண்மையான நெஞ்சு பெறுவார்கள். கடைசி அச்சமாகிய மரண பயம்கூட அவர்களுக்குப் போய்விடும். காரணம், மரணத்தினால் தமக்கு விடுதலை வரும் என்ற உறுதிப்பாடு இருப்பதுதான். இந்த உடம்பை விட்ட பிறகு இறைவனுடைய திருவடியை அடையும்படி சம்பவிக்கின்ற மரணம் மரணம் அன்று. வேறு உடம்பில் புகுவதற்கு இப்போது மரணம் நேருமானால் அதுதான் அஞ்சுவதற்குரியது. அதைத்தான் மரணம் என்று சொல்ல வேண்டும். மெய்ஞ்ஞானிகள் தாம் பெறவேண்டியதைப் பெற்று இனிப் பிறவி எடுக்காத வகையில் நின்றால், அவர்களுக்கு இந்த உடம்பிலிருந்து பிரியும் மரணம் விடுதலைக்கு வாசலாக உதவுவது. அது மரணம் ஆகாது. அவ்வாறின்றி உலகத்தில் பற்றுக்களில் ஆழ்ந்து இந்த உடம்பை விடுவதற்கு மிகவும் வருந்தி இறந்து போகிறவர்கள் வேறு பிறவியை எடுக்கிறார்கள். அவர்களுடைய

இறப்புத்தான் மரணம் ஆகும். இந்த வேறு பாட்டைப் பற்றியும் முன்பு பல முறை சிந்தித்திருக்கிறோம்.

அருணகிரிநாதர் மரணத்தைக் கண்டு அஞ்சாதவர். அவருடைய உறுதிப்பாட்டைப் பலபடியாகக் கந்தர் அலங்காரத்தில் சொல்வதிலிருந்து தெரிந்து கொண்டிருக்கிறோம். "எமனுக்கு நான் அஞ்சமாட்டேன்" என்று சொல்வார். "எமனே, நான் உனக்கு அஞ்சமாட்டேன்" என்று வேறு வகையில் சொல்வார். "எமனே, என் முன்னாலே வா; உன்னை என்ன செய்கிறேன் பார்" என்று அறைகூவும் முறையிலும் சொல்வார். இப்படிச் சொல்கின்ற வருடைய உள்ளம் எவ்வளவு உறுதியானது! பயத்தைப் போக்க வேண்டுமானால் நாமும் தைரியத்தோடு இருக்க வேண்டும்.

அஞ்சாமைப் பயிற்சி

என்னுடைய சிறு வயதில் ஒரு பெரியவர் எனக்கு நல்ல உபதேசம் செய்து வந்தார். அவர் பய உணர்ச்சியைப் பற்றிச் சில யோசனைகளை எனக்குச் சொன்னார். "பயம் தோன்றும் போதெல்லாம் அந்தப் பயத்திற்கு மூலகாரணமான பொருளை நீ தொலைத்துவிடுவதாகப் பாவனை பண்ணிக்கொள். அப்போது பயம் போய்விடும்" என்று சொன்னார். அந்த உபதேசத்தைக் கேட்ட காலத்தில் எனக்குப் பதினைந்து பிராயம் இருக்கும். பூச்சாண்டி, பேய், பிசாசு என்று கேட்டுக் கேட்டுப் பயம் கொள்ளும் பருவம் அது. அந்தப் பெரியவர் செய்த உபதேசத்தினால் எனக்கு ஒரு துணிவு எழுந்தது. அவர் சொல்கிற முறையைப் பரீட்சை பண்ணிப் பார்க்கலாம் என்று எண்ணினேன். பிசாசு வருவதாகப் பயம் வந்தால் கையில் ஒரு வாள் இருப்பதாக எண்ணி, அந்த வாளை எடுத்து அதை வெட்டுவதாக நான் பாவனை செய்வேன். இந்தப் பழக்கத்தினால் தைரியம் எனக்குச் சிறிது உண்டாயிற்று.

எங்கள் ஊரில் ஆற்றங்கரையில் மயானம் இருக்கிறது, அங்கே இரண்டு மூன்று பனைமரங்கள் நிற்கும். ஊருக்குப் புறம்பான

இடம் அது. என்னுடைய தைரியத்தைச் சோதிப்பதற்காகப் பாதி ராத்திரியில் எழுந்து ஆற்றங்கரைக்குச் செல்வேன். முதலில் பயம் குடலைக் குழப்பும். பின்பு அந்தப் பனை மரங்களைப் பார்க்கும் போது பிசாசுகள் நெடிய உருவம் எடுத்து வந்து நிற்பன போலத் தோன்றும். "உன்னைத் தொலைத்து விடுகிறேன் பார்" என்று வெளிப்படையாக உரக்கச் சொல்லிக் கொண்டு, கையில் கத்தி இருப்பது போல எண்ணி, "இதோ வெட்டி விட்டேன்" என்று சொல்வேன். இப்படிப் பயிற்சி பண்ணினதால் என்னுடைய மனசுக்குத் தைரியம் மிகுதியாயிற்று.

அருணகிரியார் செய்த உபகாரம்

பெரியவர்கள் காலனால் வருகின்ற அச்சத்தைப் போக்கு வதற்குக் காலகாலனைப் பற்றிக் கொள்ள வேண்டும் என்று சொன்னதோடு, காலனால் எந்தப் பயமும் உண்டாகாது என்பதை வற்புறுத்திச் சொல்லியிருக்கிறார்கள். இத்தகைய பாடல்களை நாம் பல முறை பாராயணம் பண்ணியும், மனனம் செய்தும் சொல்லி வந்தால் நமக்கு மரண பயம் ஒருவாறு நீங்கும். புலி அடிப்பதை விடக் கிலி அடிப்பது அதிகம் என்பது பழமொழி. யமன் வருவதற்கு முன்னாலேயே அவனை எண்ணிச் சாவதில் பயன் இல்லை. இறைவன் திருவருள் நம்மைக் காப்பாற்றும் என்ற தைரியத்தோடு, எமனை அறைகூவி அழைக்கும் பாடல்களையும் பயின்று வந்தால் நம் மனம் திண்மை பெறும் என்பதில் சந்தேகம் இல்லை. ஆகவே அருணகிரிநாத சுவாமிகள் நமக்குத் தந்த பெரிய வரம் இத்தகைய பாடல்கள் என்பதை நினைவு கொள்ள வேண்டும். அநுபவத்தில், பலமுறை சொல்லிப் பார்த்தால் இதனைத் தெரிந்து கொள்ளலாம்.

மன இயல் அறிஞர் கருத்து

இதை எழுதிய போது 'ரீடர்ஸ் டைஜெஸ்ட்' என்ற பத்திரிகையில் உள்ள கட்டுரை ஒன்றைப் படிக்க நேர்ந்தது. பாவனையினால் நலம் பெறலாம் என்பதை ஒரு மன

இயலறிஞர் அந்தக் கட்டுரையில் சொல்லியிருக்கிறார். 'நான் அறிந்த சிறந்த மருந்து' என்ற தலைப்பிட்டு அந்தக் கட்டுரையை எழுதியிருக் கிறார். அவர் ஐந்து விதமான மனப் பயிற்சிகளைச் சொல்கிறார். (1) உன்னுள் மறைந்திருக்கும் சக்தியை உண்மையாகக் கருதி நம்பிக்கை வை; (2) அதனிடம் புகலடைவதற்கு விருப்பங் கொள்; (3) பிரார்த்தனை செய்; (4) அமைதியும் மௌனமும் பயில்; (5) நன்மை உண்டாகும் என்று பாவனை செய் என்பன அந்த ஐந்தும். ஐந்தாவதை 'ஆட்டோ ஸஜ்ஜெஷன்' (Auto suggestion) என்று சொல்வார்கள். இதனால் நன்மை உண்டாகும் என்பதை உதாரணங்களால் அவர் விளக்குகிறார். "ஒரு சமயம் ஒரு வியாபார நிலையத்தில் விற்பனைக் கலைஞராக இருந்த இருவர் நம்பிக்கையினால் நலம் பெற்றது எனக்குத் தெரியும். இயல்பாகவே அவர் சங்கோசப் பிராணி. ஆனால் அவர் நல்ல பாவனை செய்யும் பழக்கத்தினால் ஆச்சரியமான நன்மையைப் பெற்றார். ஏதாவது ஒரு விஷயத்தில் அவர் சம்பந்தப்பட்டால் அவர் தம்முடைய உச்சுவாச நிச்சுவாசத்தை நிதானமாகக் கவனிப்பார். ஒவ்வொரு தடவையும் வெளியில் மூச்சு விடும் போது கெடுதலான பகுதிகளை வெளியே தள்ளிவிடுவதாகப் பாவனை செய்வார்; அப்படியே நல்லவற்றை உள்ளே இழுத்துக் கொள்வதாக எண்ணுவார். 'நான் சங்கோசத்தை வெளியே தள்ளி விடுகிறேன்; நம்பிக்கையை உள்ளே வாங்குகிறேன்' என்று சொல்லிக் கொள்வார்; 'பயங்கொள்ளித் தனத்தைத் தள்ளி விடுகிறேன்; உறுதியை உள்வாங்குகிறேன். தோல்வியைத் தொலைத்து விடுகிறேன்; வெற்றியை உட்கொள்கிறேன்' என்று தாமே சொல்லிக் கொள்வார்.

"அவர் உள் இழுத்ததும் வெளியில் விட்டதும் வெறும் மூச்சுக் காற்றுத்தான். ஆனால் அவருடைய அடிமனம், பேல் மனம் எண்ணிய இந்த எண்ணங்களை ஏற்றுக் கொண்டு அவர் விரும்பிய பண்புகளை மலரச் செய்தது" என்று எழுதுகிறார்.

நம்முடைய பெரியவர்கள் நமக்கு உறுதிப்பாடு உண்டா வதற்காகப் பாடிய பாடல்கள் இத்தகைய பயிற்சியைச் செய்ய உதவுகின்றன. இந்தக் காலத்து மன விஞ்ஞானிகள் மனத்தின்

யல்புகளை எவ்வளவு நுட்பமாகத் தெரிந்து கொண்டிருக்கிறார்களோ அதைவிட நுட்பமாகத் அநுபூதிமான்கள் தெரிந்து கொண்டிருக்கிறார்கள். விஞ்ஞானிகள் உண்மைகளைப் புதிது புதிதாகக் கண்டுபிடித்துச் சொல்லும்போது, நம் முன்னோர்கள் கூறிய கருத்துக்களுக்கு அவை விளக்கங்களாக இருப்பதைக் காண்கிறோம்.

காலன்

கந்தர் அலங்காரத்தில் நூறு பாடல்கள் அமைந்த பெரு மாலைக்குக் குஞ்சம் போல ஆறு பாடல்கள் இருப்பதைப் பார்த்தோம். அந்த ஆறு பாடல்களில் கடைசிப் பாடலை இப்போது பார்க்கப் போகிறோம். நம்முடைய வாழ்வின் கடைசிக்குப் பயன்படும் பாடலாகவும் அது இருக்கிறது. யம பயத்தைப் போக்குவதற்கு அமைந்த அற்புதமான பாட்டு அது. முருகப் பெருமானுடைய திருவருள் துணை நமக்கு இருக்கும்போது யமனுக்கு ஏன் அஞ்ச வேண்டுமென்ற உணர்ச்சியைத் தருவது அது. "ஆறு மகவன் வேலும், அஞ்சேல் என்ற திருக்கரமும் எனக்கு மெய்த்துணை. ஆகவே நான் காலனுக்கும் அஞ்சமாட்டேன்'' என்று அருணகிரிநாதர் இந்தப் பாடலில் சொல்ல வருகிறார்.

பயத்திற்குக் காரணமான காலனை வருணிக்கிறார். அஞ்சுவதற்குரிய ஆயுதங்களும்,உருவமும் அவனிடம் இருக்கின்றன. அவன் சூலத்தை ஏந்தி வருகிறான். கள்ளனுக்குப் பயந்து ஓடி ஒளித்துக் கொள்ளலாம். காவலனுக்கும் பயந்து ஓடி ஒளித்துக் கொள்ளலாம். ஆனால் யமனுக்குப் பயந்து ஓடி ஒளிந்துக் கொள்ள முடியாது. காற்றுக்குள் நுட்பமாக நுழைந்தாலும் அவன் அங்கே வந்து சேருவான். இப்படி நம்மைத் தொடர்ந்து வருகின்ற காலனுக்குப் பயப்படாத நிலை இறைவனுடைய திருவருளால் தான் உண்டாகும். "நான் காலனுக்கு அஞ்சமாட்டேன்'' என்று அருணகிரி நாதர் சொல்கிறார்.

சூலம் பிடித்து எமபாசம் சுழற்றித் தொடர்ந்துவரும் காலன்தனக்கு ஒரு காலும் அஞ்சேன்.

முன்பும் சூலத்தையும், பாசத்தையும் அருணகிரிநாதர் நினைப் பூட்டியிருக்கிறார். சூலத்தினால் குத்தி, பாசத்தினால் இறுக்கிக் கட்டிக்கொண்டு போகிறானாம். இறந்து போகின்றவன் துடிதுடித்து வாயில் நுரை கொப்புளிக்க, கண் பிதுங்க அவஸ்தைப்படுவதைப் பார்த்து, எமன் சூலத்தால் குத்தி, கயிற்றினால் கழுத்தில் சுருக்குப் போட்டு இழுக்கிறான் என்ற உருவகம் உண்டாயிற்று என்று தோன்றுகிறது. எப்படியானாலும் மரணத்துக்கு மூலகாரணமாக உள்ள சக்தியைக் காலன் என்று சொன்னார்கள். அதற்குச் சிறிதும் அஞ்சாமல், திருவருளைத் துணையாகக் கொண்டவர்கள் இருப்பார்கள்.

அஞ்சாமைக்குக் காரணம்

அருணகிரி நாத சுவாமிகள் அந்தத் தைரியத்தைக் கொண்டவர். காலனுக்கு அஞ்சேன் என்று சொன்ன பிறகு அதற்குரிய காரணம் இன்னது என்று சொல்ல வருகிறார். மற்ற இடையூறு கள் வரும்போது உலகியல் உள்ளவற்றைத் துணையாகக் கொள்ள முயல்கிறோம். அவை எல்லாம் மெய்த் துணையாக இல்லாமல் பொய்த் துணையாக மாறிவிடுகின்றன. அப்படியின்றி, பெரிய ஒன்பமாகிய மரண பயத்தைப் போக்குவதற்கு மெய்யான துணை எனக்கு இருக்கிறது என்று சொல்கிறார். முருகப்பெருமானுடைய வேலும், அஞ்சேல் என்ற திருக்கரமும் மெய்த்துணையாக உள்ளன வாம். சூலமும், பாசமும் ஆகிய இரண்டையும் கொண்டுவரும் காலனுக்கு எதிரே வேலும், திருக்கரமும் ஆகிய இரண்டும் உதவுகின்றனவாம்.

ஆலம் குடித்த பெருமான்

முருகனைப் பற்றிச் சொல்லும்போது அவன் சிவகுமாரன் என்று சொல்கிறார். யமனாவது ஒவ்வோர் உயிரையும் தனித் தனியே வேறு வேறு காலத்தில் கொண்டு போகிறான். அன்று

ஒரு நாள் பாற்கடலில் ஒரு பெரிய யமன் போன்ற பொருள் எழுந்தது. அதுதான் ஆலகால விஷம். அமுதத்தை உண்டு சாவாமல் வாழலாம் என்று ஆசைப்பட்டுக் கொண்டிருந்த தேவர்களுக்கு முன் அவர்களின் உயிரை ஒருங்கே குடிக்கும் நஞ்சு எழுந்தது. முப்பத்து முக்கோடி தேவர்களின் உயிரையும் ஒருங்கே போக்கும் வகையில் அது எழுந்தது. அந்தச் சமயத்தில் அந்த நஞ்சைச் சிவபெருமான் எடுத்து விழுங்கிவிட்டான். முருகப் பெருமான் அவனுடைய குமாரன். அந்தக் குடும்பம் முழுவதுமே உயிரைக் கொள்ளை கொள்ளும் பொருள்களை விழுங்கும் பேராற்றல் உடையது என்பதை இப்படிக் குறிப்பிடுகிறார். சிவன் நஞ்சை விழுங்கினான்; முருகன் யமனையே விழுங்கிவிடுவான்.

அறுமுகவன்

'பாற்கடலில் அன்று எழுந்த விஷத்தைக் குடித்த சிவ பெருமானுடைய குமாரன் இத்தகைய துணிவை எனக்குத் தருகிறான்' என்று அருணகிரியார் சொல்கிறார். 'அவன் ஆறுமுகம் உடையவன். எந்தப் பக்கத்திலிருந்து எனக்குத் துன்பம் வந்தாலும் அந்தப் பக்கத்திலிருந்து எதிர்த்து எனக்கு நலம் செய்கின்றவன். நான்கு திசைகளும், மேல் கீழ் என்ற திசைகளும் சேர்ந்து எப்படித் துன்பம் வந்தாலும், அந்தத் திசையை நோக்கியுள்ள அவனது திருமுகம் எனக்கு வரும் துன்பத்தை நீக்கிவிடும்' என்று நினைக்கும்படியாக அறுமுகவன் என்று சொல்கிறார்.

கடல்மீது எழுந்த
ஆலம் குடித்த பெருமான் குமாரன், அறுமுகவன்

வேலும் கையும்

அவனுடைய கையில் இருப்பது வேல். அதை வீசிக் காலனைச் சங்காரம் பண்ணிவிடுவான். 'வேல் நான் பயப்படு வதற்குக் காரணமாகிய காலனைக் கொல்லும். கையோ எனக்கு அஞ்சேல் என்று அபயத்தைக் காட்டும்.'பயப்படாதே என்று வாயினால் மாத்திரம் சொல்லிவிட்டு நம்மைக்

காப்பாற்றுவதற் குரிய காரியங்களைச் செய்யாமல் இருக்கும் வார்த்தை வீரர்களைப் போன்றவன் அல்ல அறுமுகவன். அவன் ஒருகையால் அஞ்சேல் என்று சொல்லிக் கொண்டே மற்றொரு கையில் எல்லாப் பயத்தையும் போக்குகின்ற வேலாயுதத்தை வைத்திருக்கிறான்.

"பயந்த தனி
வழிக்குத் துணைவடிவேலும்செங் கோடன் மயூரமுமே"

என்று நமக்கு உறுதுணையாக ஒரு பாடலில் வேலையும் சொல்லியிருக்கிறார். அந்த வேல் நமக்கு வரும் பயத்தைப் போக்கி, நெஞ்சில் தைரியத்தைத் தரும்.

அந்த வேல் காலனைக் குத்த வேண்டும் என்பதுகூட இல்லை. அதற்கு அவசியமே இராது. நம் உள்ளத்தில் அறு முகவனுடைய வேலும், அஞ்சேல் என்ற திருக்கரமும் தியானத்தில் இருக்குமானால் நம் பக்கத்தில் காலன் வரமாட்டான். அந்தத் துணை இருப்பதனால் காலனால் உண்டாகின்ற அச்சமே நமக்கு வராது. நோய்க்கு மருந்து உண்பது வேறு; நோய் வராமல் காப்பாற்று வதற்குரிய உணவுகளை அருந்துவது வேறு. முன்னையது நோய் நீக்கம்; பின்னையது நோய் வராமல் பாதுகாத்தல். இங்கே சொல்வது பாதுகாப்பு. 'காலன் என்னைச் சாட வரும்போது, முன்பு சிவபெருமான் காலால் அவனை உதைத்ததுபோல, ஆண்டவன் வேலால் சங்காரம் பண்ணுவான்' என்று எண்ணிச் சொன்னது அன்று இது. 'வேலையும், திருக்கையையும் நம்பி இருக்கின்ற என் நிலை அறிந்து காலன் என் பக்கம் வரமாட் டான். ஆகவே அவனுக்கு அஞ்ச வேண்டியதில்லை' என்ற குறிப்பையே இது கொண்டிருக்கிறது.

நமக்கு அச்சம் வராமல் காப்பாற்றி, நெஞ்சைத் திண்மையுடை யதாக ஆக்கி, மேலும் மேலும் ஆண்டவனிடத்தில் நம்பிக்கையும் அன்பும் உறுதியாக உண்டாகும்படி செய்வன முருகப்பெருமானுடைய வேலும், திருக்கையும். அவை இரண்டும் நம்முடைய நல்வாழ்வுக்கு வகை செய்கின்றவை.

ஆறுமுகத்தையும் வேலா யுதத்தையும் அபயகரத்தையும் தியானம் பண்ணப் பண்ண நம் மனத்திலிருந்து அச்சம் போய்விடும். காலனுக்கும் நாம் அஞ்சாத திண்மை உண்டாகும்.

சூலம் பிடித்துஎம பாசம்
சுழற்றித் தொடர்ந்துவரும்
காலன் தனக்குஒரு காலும்அஞ்
சேன்,கடல் மீதுஎழுந்த
ஆலம் குடித்த பெருமான்
குமாரன் அறுமுகவன்
வேலும் திருக்கையும் உண்டே
நமக்குஒரு மெய்த்துணையே.

[சூலத்தை ஒரு கையில் பற்றிக்கொண்டு, உயிரை உடம்பினின்றும் பிரித்துக் கொண்டு போவதற்காக அதனைத் தொடர்ந்து வருகிற காலனுக்கு ஒரு சமயத்திலும் அஞ்சமாட்டேன்; பாற்கடலின்மீது தோன்றிய ஆலகால நஞ்சை விழுங்கி அமரர்களைக் காப்பாற்றிய சிவபிரானுடைய திருக்குமாரனும் ஆறுமுகமுடைய பெருமானுமாகிய முருகனுடைய வேலாயுதமும், அஞ்சேல் என்று குறிக்கும் திருக்கரமும் அஞ்சுகின்ற அடியார்களாகிய நமக்கு ஒப்பற்ற மெய்த்துணையாக இருக்கின்றன.

ஒருகாலும் என்றது மரணம் வருவதற்கு முன்பும், அது வரும் போதும் என்று கொள்வதற்குரியது. கடல் - பாற்கடல். ஆலம் - நஞ்சு. அஞ்சாமையைச் சொல்லும் பாடலாதலின் திருக்கை என்பதற்கு அபய கரம் என்று பொருள் கொள்ள வேண்டும். வேலும் அதைப் பிடித்த கரமும் என்று கூறுவது அத்துணைச் சிறப்பன்று. இறைவனோடு சார்த்தப் பெற்றிருக்கும் வேலாயுதமும்,அதனருகில் உள்ள அபயகரமும் என்று பொருள் கொள்ளலாம். நமக்கு என்றது கருணையினால் முன்னிலை யாராகிய நம்மையும் உளப்படுத்திச் சொன்ன உளப்பாட்டுத் தன்பை பன்மை. ஒரு - ஒப்பற்ற. வேலும் திருக்கையுமாகிய மெய்த்துணை உண்டு என்றும் கூறலாம்.

ஆறுமுகத் திருக்கோலத்தில் ஒரு வலக்கரத்தில் வேலும், மற்றொரு வலக்கரத்தில் அபயமும் இருக்கும்; ஆதலின் அறுமுகவன் வேலும் திருக்கையும் உண்டே என்றார்.]

பயன்

வாக்கினால் வரும் குற்றம்

வாக்கினால் உண்டாகின்ற குற்றங்கள் நான்கு வகை என்று சொல்லும், நீதி நூல். பிறருடைய உள்ளம் புண்படும்படி பேசுவது, உண்மை அல்லாததைச் சொல்வது, பிறர் இல்லாதபோது அவருடைய குறையை மற்றவர்களிடம் எடுத்துச் சொல்வது, எந்தப் பயனும் இல்லாமல் வீண் வார்த்தைகளைப் பேசுவது என்ற இந்த நான்குமே அந்தக் குற்றங்கள். இவற்றை முறையே இன்னா சொல்லுதல், பொய் பேசுதல், குறளை கூறுதல், பயனில சொல்லல் என்று சொல்வார்கள். இந்த நான்கையும் ஒழித்து நாம் பேச வேண்டும். மனிதன் மற்ற உயிர்களுக்குக் கிடைக்காத வாக்கைப் பெற்றிருக்கிறான். அதனால்தான் மற்றப் பிராணிகள் வாய் இல்லாத பிராணிகளாக இருக்க, அவன் வாய் உள்ள பிராணியாக நிற்கிறான். அந்த வாயைத் தூய்மையாக வைத்திருக்க வேண்டு மானால் அவன் குற்றம் இல்லாமல் பேசவேண்டும்.

வாக்கின் பெருமை

உலகம் முழுவதும் உள்ள மனிதர்கள் தங்கள் தங்கள் கருத்தைப் பிறருக்கு மொழிகளால் தெரிவிக்கிறார்கள். சில விலங்கினங்கள் தம்முடைய ஒலியினால் தம் கருத்தைத் தெரிவிக் கிறது உண்டு. விலங்கைவிடப் பறவைகள் இன்னும் சிறப்பாகத் தெரிவிக்கும். ஆனாலும் நுட்பமான கருத்துக்களை விரிவாகச் சொல்லுகின்ற ஆற்றல் மனிதனுக்குத்தான் அமைந்திருக்கிறது. சொற்களைச் சொல்வதற்கு ஏற்ற உறுப்புகள் அவனிடம் பொருந்தி இருக்கின்றன. எழுத்தொலி

உண்டாவதற்கு இன்றியமையாத கருவிகள் இன்னவை என்று இலக்கண நூல்கள் கூறுகின்றன. மார்பு, கழுத்து, மூக்கு, தலை ஆகிய நான்கு இடங்களிலும் தோன்றி எழுத்துக்கள் இதழ், நாக்கு, பல், மேல்வாய் ஆகிய கருவிகளால் வெவ்வேறு ஒலியாக வருகின்றன. இவைகள் எல்லாம் சொல்லின் ஒலியைப் பொறுத்த அமைப்புகள்.

மனிதன் உள்ளத்தில் நினைந்ததைச் சொல்லிலே சொல்லும் ஆற்றல் பெற்றிருக்கிறான். இது மிக அருமையாக வந்த ஒன்று. அருமையாகக் கிடைத்ததை நல்ல பயன் உள்ள காரியத்தில் ஈடுபடுத்த வேண்டும். பொற்கிண்ணம் ஒருவனுக்குக் கிடைத்தால் அதைப் போற்றிப் பாதுகாத்து அதில் பாலும் சோறும் இட்டு உண்பான்; அல்லது உயர்ந்த விலைக்கு விற்பான். அப்படியின்றி ஒரு சிறு குழந்தையின் கையில் அதைக் கொடுத்தால் பக்கத்து வீட்டுப் பையனுடன் விளையாடும்போது கோபம் வந்தால் அந்தக் கிண்ணத்தைத் தூக்கி எறியும். ஆண்டவன் திருவருட் பெருமையை நான் நன்கு தெரிந்து கொள்ளவில்லையென்று புலப்படுத்த வந்த மணிவாசகப் பெருமான்.

"மழக் கையிலங்குபொற் கிண்ண மென்றலால்
அரியை என்றுனைக் கருது கின்றிலேன்"

என்று சொல்கிறார். நமக்குக் கிடைத்த வாக்கு அல்லது பேச்சைப் பொற்கிண்ணத்தைப் போல, மாணிக்கத்தைப் போலப் பாதுகாக்க வேண்டும். அவைகளையாவது பணம் கொடுத்தால் பெற்றுக் கொள்ளலாம். ஆனால் மனிதப் பிறவி வாய்த்தும் ஊமையாகப் போய்விட்டால் அவன் பேச்சைப் பெறுவது இயலாத காரியம். இனி அடுத்த பிறவியில் பெற்றால்தான். இவ்வாறு அருமை யாகக் கிடைத்த பேச்சை மிகச் சிறந்த பயன் உடையதாகவும், புண்ணியம் தருவதாகவும் செய்ய வேண்டும்.

பெரியவர்கள் திருவாக்கு

தினந்தோறும் பேசுகின்ற பேச்சே இப்படி இருக்க வேண்டு மென்று ஆன்றோர்கள் போதித்திருக்கிறார்கள். பல காலத்திற்குப் நிற்கின்ற சொற்களைச் சொல்லுகின்ற பெரியவர்கள் இருக்கிறா கள். அவர்கள் பேசியவற்றைத்தான் இன்றைக்கு உபதேசமாகவும், நல்லுரையாகவும் கொள்கிறோம். ஞானசம்பந்தர் முதலிய பெருமக்கள் திருவாக்காக இன்று கிடைத்திருப்பன திருமுறைகள். பெரியவர்கள் பாடிய பாடல்களை அவர்களுடைய திரு வாக்கு என்று சொல்கிறோம். திருவாசகம், திருவாய்மொழி என்ற நூற் பெயர்கள் திருவாக்கு என்ற பொருளையே உடையவை. மற்றப் பேச்சைவிட அவர்கள் பாடிய பாடல்கள் மிகச் சிறந்த அமைப்பை உடையனவாகும். பலகாலம் நிற்கும் தன்மை உடையனவாகவும், பல்லாயிரக் கணக்கான மக்களுக்குக் காலம் கடந்து, இடம் கடந்து பயன் தருவனவாகவும் இருக்கும்.

திருவாக்கின் பயன்

அந்தப் பயன் இன்னது என்று அநுபவித்தவர்கள் தாம் உணர்வார்கள். ஆனாலும் இதனால் இன்ன பயன் என்று தெரிந்து கொள்வதற்குச் சில குறிப்புகளை ஆசிரியர்களே அமைப்பார்கள். நூலுக்குப் பொதுப் பாயிரம் என்றும் சிறப்புப் பாயிரம் என்றும் இரண்டு வகை உண்டு. அவற்றில் சிறப்புப் பாயிரம் என்பது குறிப்பிட்ட நூலைப் பற்றிய செய்திகளைத் தருவது. அது சிறப் பான எட்டுக் கூறுகளைச் சொல்வது; சிறப்பில்லாத மூன்றையும் சொல்வது உண்டு என்று இலக்கண நூல்கள் கூறுகின்றன. ஆக்கியோன் பெயர், நூல் வந்த வழி, நூல் வழங்கும் எல்லை, நூலின் பெயர், நூல் அமைந்த யாப்பு, நூலில் உள்ள பொருள், நூலைக் கேட்கும் தகுதி உடையோர், நூலால் உண்டாகும் பயன் என்பவை எட்டுச் சிறப்பான கூறுகள். நூல் உண்டானதற்குக் காரணம், நூல் அரங்கேற்றிய இடம், நூலின் காலம் என்பன சிறப்பு இல்லாதவை. சிறப்பான எட்டுக் கூறுகளில் கடைசியாக

வைத்திருப்பது பயன். பொதுவாக எல்லா நூல்களுக்கும் அறம், பொருள், இன்பம், வீடு என்னும் நான்கையும் பெறுதல் பயன் என்று சொல்வார்கள். ஆனாலும் அந்தப் பயனுக்குவகையான சில பயன்கள் உண்டு. சட்ட நூலைக் கற்றவனுக்கு சட்ட அறிவு பெறுவது பயன். இசை நூலைக் கற்றவனுக்கு இசை பற்றிய அறிவு உண்டாவது பயன். அதுபோல் இறைவனுடைய துதி நூல்களைப் படிக்கின்றவர்களுக்குப் பக்தி உண்டாதல் பயன்.

இப்படி அந்த அந்த நூல்களுக்கு ஏற்ற பயன்கள் உண்டு. பாடம் சொல்பவர்கள் அவற்றைப் புலப்படுத்துவார்கள். நூலுக் குரிய பயன் இன்னது என்று அந்த நூலை இயற்றிய ஆசிரியரே சொல்வதும் உண்டு. இதனை வடமொழியில் பலசுருதி என்று சொல்வார்கள். கம்பராமாயணத்தின் பயனைச் சொல்ல வந்த கம்பர்,

"நாடிய பொருள்கை கூடும் ஞானமும் புகழும் உண்டாம்
வீடியல் வழிய தாக்கும் வேரியங் கமலை நோக்கும் நீடிய
அரக்கர் சேனை நீறுபட் டழிய வாகை
சூடிய சிலைஇ ராமன் தோள்வலி கூறு வோர்க்கே"

என்று சொன்னார். தேவாரத்தில் ஞானசம்பந்தரும், சுந்தரமூர்த்தி சுவாமிகளும் ஒவ்வொரு பதிகத்தின் இறுதியிலும், இந்தப் பதிகத்தைப் பாடினால் இன்ன பயன் உண்டாகும் என்று சொல்லியிருக்கிறார்கள். முதல் திருப்பதிகத்தில்,

"ஒருநெறியமனம் வைத்துணர் ஞானசம் பந்தன் உரைசெய்த
திருநெறியதமிழ் வல்லவர் தொல்வினை தீர்தல் எளிதாமே"

என்று பயனைச் சொல்கிறார் ஞானசம்பந்தர். ஒவ்வொரு பதிகத்தின் கடைசியிலும் உள்ள பயனைத் திருக்கடைக் காப்பு என்று சொல்வது வழக்கம். எல்லா நூல்களிலும் வெளிப் படையாகப் பயனைச் சொல்லாவிட்டாலும் அது குறிப்பாகப் பெறப்படும்.

அலங்காரத்தின் பயன்

அருணகிரிநாத சுவாமிகள் கந்தர் அலங்காரம் என்ற ஓர் அரிய மாணிக்க மாலையை நமக்குத் தந்தார். காப்புப் பாடல் ஒன்றும், நூலில் உள்ள பாடல் நூறும், பொங்கி வழிந்த பாடல் கள் ஆறும் ஆகிய நூற்றேழு பாடல்களை நாம் பார்த்தோம். இனி ஒரு பாடல் எஞ்சி நிற்கிறது. அதுவும் சேர்ந்தால் அழகான ஜப மாலையில் 108 ருத்திராட்ச மணிகள் அமைந்ததுபோல 108 பாடல்கள் அமைந்திருப்பதைக் காணலாம். இப்போது பார்க்கப் போகிற பாடல் கந்தர் அலங்காரத்தின் பயனாக உள்ளது.

கந்தர் அலங்காரத்தைப் படிப்பதனால் நமக்கு உண்டாகும் பயன் முருகப்பெருமானிடத்தில் பக்தி உண்டாகி உள்ளம் நெகிழ் வது, உள்ளத்தில் உள்ள தளர்ச்சி போய் உறுதிப்பாடு உண்டாதல், தமிழ் இன்பம் நுகர்தல் முதலியன என்று சொல்லலாம். இவற்றுக்கும் மேலே அருணகிரியார் வேறு சில பயன்களைச் சொல்கிறார். "கந்தர் அலங்காரம் முழுவதும் படிக்க வேண்டும் என்பதில்லை. இந்த நூறு பாடல்களில் ஒரு பாட்டைப் படித் தாலே இன்ன இன்ன பயன் உண்டாகும்" என்ற முறையில் இந்தப் பாட்டை அமைக்கிறார்.

மூன்று வகைப் பயன்

கந்தர் அலங்காரத்தைப் பாடியதற்கு மூன்று வகையான பயனைச் சொல்லலாம். ஒரு பயன் பாடியவரைச் சார்வது; மற்றொன்று பாட்டுடைத் தலைவனுக்குக் கிடைப்பது; பின்னும் ஒரு பயன் படிப்பவரைச் சார்வது. அரசர்களையும், பிறர் தலைவர் களையும் புகழ்ந்து பாடினால் பாடிய புலவனுக்கு ஊதியம் கிடைக்கும். பாடப்பெற்ற தலைவருக்குப் புகழ் கிடைக்கும். அதனைப் படிக்கிறவர்களுக்குத் தமிழ் இன்பம் கிடைக்கும்.

இங்கே கந்தர் அலங்காரத்தைப் பெற்றவன் முருகன். அவனுக்கு இந்த அலங்காரத்தால் ஏதேனும் பயன் உண்டா என்றால், அப்படி ஒன்றும் இருப்பதாகத் தோன்றவில்லை.

அநாதி காலம் முதல் வேதம் முதலிய நூல்கள் எல்லாம் அவனுடைய புகழைச் சொல்கின்றன. அப்படிச் சொல்வதனால் அவனுடைய புகழ் புதிதாக விரியவில்லை. சொல்லாமல் விட்டால் அவன் புகழ் குறைந்து போவதும் இல்லை. முருகனைப் பற்றிய எண்ணம் பல மனிதர்களுக்கு உண்டாவதனால் முருகனுக்கு லாபம் எதுவும் இல்லை. அந்த மக்களுக்குத்தான் லாபம் உண்டு. ஆகவே பாட்டுடைத் தலைவனாகிய முருகனுக்குக் கந்தர் அலங்காரத்தால் பெரிய பயன் ஒன்றும் இல்லையென்றே சொல்லலாம்.

இந்த அற்புதமான நூலை இயற்றிய அருணகிரிநாதருக்கு ஏதேனும் பயன் உண்டா என்பதைப் பார்க்கலாம். அருணகிரி நாதர் இந்தப் பாடலைப் பாடி அதனால் முருகப் பெருமானுடைய திருவருளைப் பெற்றிருக்கலாம். ஆனாலும் பாடல் பாடாமலே அந்தப் பிரானுடைய திருவருளைப் பெறும் தகுதி அவருக்கு உண்டு. இந்தப் பாட்டைப் பாடினார் என்ற புகழ் அவருக்கு உண்டாவது ஒருவகை லாபந்தான். ஆனால் அதை அவர் எதிர்பார்க்கவில்லை. கந்தர் அலங்காரம் பாடினதன் முக்கியமான நோக்கம் தமக்குப் புகழ் வரவேண்டும் என்பது அன்று. அவர் புகழாசைக்கும் மேற்போனவர்.

நமக்குப் பயன்

கந்தர் அலங்காரம் பாடியதன் உண்மையான பயன் படிக் கின்ற நமக்குக் கிடைக்கும் நன்மைதான். வாயில்லாப் பூச்சிகளான மக்கள் இறைவனைத் தெரிந்து கொள்வதற்கும், தம்முடைய குறைகளைத் தெரிந்து கொள்வதற்கும் உரிய வல்லமை இல்லாமல் இருக்கிறார்கள். அவர்களுக்குத் தங்கள் குறைகளை எம்பெருமானிடம் எடுத்துச் சொல்வதற்குரிய ஆற்றல் இல்லை. ஆகவே இறைவனுடைய பெருமையை உணர்த்தி, மக்களுடைய குறைகளையும் எடுத்துச் சொல்லி, அவனிடத்தில் எப்படி அணுகி விண்ணப்பம் செய்வது என்பதையும் காட்டவேண்டுமென்ற நோக்கத்தில் பெருங்கருணை வள்ளலாகிய அருணகிரிநாதப் பெருமான்

இந்த நூலை இயற்றினார். தம்முடைய உள்ளத்தில் கந்தப்பிரானால் கிடைத்த இன்ப உணர்ச்சி பொங்கிவர, பரந்து நின்ற தம் அறிவு துணை செய்ய, இதைப் பாடினார் என்று சொல்லலாம். ஆனால் அதைவிட மக்களிடத்தில் உள்ள பெருங் கருணையினால் சொன்னார் என்பதே பொருத்தம். ஆகையால் இந்த நூலைப் பாடியதால் வரும் பயன் இன்னது என்பதைச் சொல்ல வந்தவர் முருகப் பெருமான் அடையும் புகழ் என்றோ, நான் இறைவனுடைய அருள் அநுபவம் பெற்றது என்றோ சொல்லவில்லை. இதனைப் படிக்கின்றவர்கள் இன்ன பயனைப் பெறுவார்கள் என்றே சொல்கிறார்.

அருணகிரியார் கால நிலை

அருணகிரியார் வாழ்ந்த காலத்தில் தமிழ் நாட்டில் முடி யுடைய மூவேந்தர்கள் ஆட்சி இல்லை. அவருடைய காலமாகிய பதினைந்தாவது நூற்றாண்டில் எங்கே பார்த்தாலும் சிற்றரசர்கள் வாழ்ந்தார்கள். சின்னச் சின்னத் தலைவர்கள் மகாராஜா என்ற பட்டம் போட்டுக் கொண்டு தம் ஆணையைச் செலுத்தி வாழ்ந்தார்கள். செல்வத்தால் உண்டாகும் போகங்களை அநுபவித்து இந்திரியங்களின் பசியைத் தீர்க்கவேண்டுமென்று அவர்கள் எண்ணியிருந்தார்கள். புகழுக்கு ஆசைப்பட்டார்கள். அதுகாரணமாகப் புலவர்கள் அவர்களை நச்சிப் பாடி இன்புற்றார்கள். இறைவனைப் பாடாமல் மனிதனைப் பாடும் துறையில் ஈடுபட்டிருந்தார்கள். பார காவியங்களைப் பாடும் ஆற்றல் இல்லாமல் சின்னச்சின்னப் பிரபந்தங்களைப் பாடிக் கொண்டிருந்தார்கள். பணம் பெருத்த இடத்தில் திருவருள் இல்லாவிட்டால் மற்றக் குறைபாடுகள் எல்லாம் தாமே வந்து சேரும். செல்வத்தைப் புலன் நுகர்ச்சியிலே செலவிடுவார்கள். ஆகவே, அரசர்கள் நீதி முறைகளை மறந்து தம்முடைய ஆணையைப் பெருக்கினார்கள். தம்முடைய குடும்பத்தினர் சுகமாக இருக்க விரும்பினார்கள். நீதியை மறந்து, ஒழுக்கத்தை மறந்து எத்தனையோ தவறுகளைச் செய்தார்கள்.

வேந்தரால் வரும் அச்சம்

குடிமக்களுக்குப் பிறரால் வருகின்ற அச்சத்தைப் போக்குவது அரசர் கடமை. தம்மாலும், தம்முடைய உறவினர்களாலும், அதிகாரிகளாலும், விலங்குகளாலும், திருடர்களாலும், பகைவர் களாலும் வரும் பயத்தைப் போக்கிச் சமாதானத்தை நிலைநிறுத்த வேண்டும். அப்படி இல்லாமல் கொடுங்கோல் மன்னர்கள் தம்மைக் கண்டு எல்லோரும் அஞ்சும்படி செய்வார்கள். அதுமட்டுமன்று, சிற்றரசர்கள் அங்கங்கே வாழ்ந்து கொண்டிருந்தால் எப்போது பார்த்தாலும் ஒருவருக்கொருவர் சண்டையிட்டுக் கொண்டே இருப்பார்கள். ஒருவரைக் கண்டால் மற்றொருவருக்குப் பொறாமை. ஒரு நாட்டில் நடைபெறும் சண்டையினால் அந்த நாட்டிலுள்ள மக்களுக்கும் துன்பம் உண்டாகும். போர் நிகழும் காலத்தில் மக்களுடைய வாழ்வில் பலவகையான அவலங்கள் உண்டாவதை நாம் அநுபவத்தில் உணருகிறோம். ஒரு காரணமும் இல்லாமல் தங்களுடைய சொந்த நலனை எண்ணி அரசர்கள் பிற அரசர்களோடு போரிட்டுக் கொண்ட காலம் அது. எந்தச் சமயத்தில் எந்த மன்னன் எந்த மன்னனை அடிப்பானோ, எப்போது போர் வந்துவிடுமோ என்று மக்கள் அஞ்சி இருந்தார்கள். மன்ன ருக்கும் மன்னருக்கும் ஒற்றுமை வளரவில்லை. அவர்களுக்குள் எப்போதும் காழ்ப்பும், பொறாமையும் வளர்ந்து கொண்டே வந்தன. அதனால் அவர்கள் துன்பப்பட்டதோடு அல்லாமல் அவர்களுடைய ஆட்சிக்குக் கீழ் அடங்கிய மக்களும் துன்பப் படும்படி செய்தார்கள். வாழ்க்கை முழுவதுமே இத்தகைய பயத்தை வைத்துக் கொண்டு மக்கள் வாழ்ந்தார்கள். ஆகவே, குடிமக்களுடைய உள்ளத்தில் இருந்த அச்சங்களுள் பெரிய அச்சம் வேந்தருக்கு அஞ்சும் அச்சம். அத்தகைய அச்சத்தைக் கந்தர் அலங்காரம் படிக்கிறவர்கள் போக்கிவிடுவார்களாம். முதலில் இந்தப் பயனைச் சொல்கிறார் அருணகியார். 'தமக்குள்ளே கோபித்து பொருகின்ற வேந்தர்களுக்கும் அஞ்சமாட்டார்கள்' என்று தொடங்குகிறார்.

சலம் காணும் வேந்தர் தமக்கும் அஞ்சார்.

இறைவனுடைய திருவருளை நம்பி அவனைத் துதித்து வாழ்கின்றவர்களுக்கு உள்ளம் சாந்தி பெற்றிருக்கும் ஆதலின் அவர்களுக்கு இத்தகைய அச்சம் இராது.

மரண பயம்

இனி அடுத்தபடி, இம்மையின் முடிவாகிய நிலைக்கு வருகிறார். இந்த வாழ்வின் முடிவில்தான் நமக்கு மரணம் வருகிறது. அதைப்பற்றித்தான் சென்ற பாட்டில் பார்த்தோம். கையில் ஆயுதங்களை ஏந்தியபடி எருமை மாட்டு வாகனத்தில் ஏறிக் கொண்டு நம்மோடு சண்டையிட வருபவனைப் போல எமன் வருகிறான். சண்டையிடும்போது தான் ஆயுதங்களைப் பிடிப்பது வழக்கம். அவன் ஆயுதங்களைத் தூக்கி எறிந்துவிட்டு வந்தாலும் நாம் எதிர்க்கப் போவதில்லை. ஆனால் அவனோ சண்டைக்கு வருபவனைப் போலத்தான் வருகிறான். கந்தர் அலங்கார நூலைக் கற்றவர்கள் அருணகிரிநாத சுவாமிகளின் அற்புதமான பாட்டின் சிறப்பினால் எமனுக்கும் அஞ்சமாட்டார்கள்.

யமன் சண்டைக்கு அஞ்சார்

இம்மையின் இறுதியில் உண்டாகும் அச்சம் இது.

நரகத் துன்பம்

அடுத்தபடி மறுமையில் உண்டாகும் அச்சத்தைச் சொல்ல வருகிறார். இம்மை, மறுமை, வீடு என்று மூன்றைச் சொல்வார் கள். இம்மை என்பது இகவாழ்வு. மறுமை என்பது சொர்க்க நரக வாழ்வு. வீடு என்பது எல்லாவற்றையும் கடந்த, என்றைக்கும் மாறாத இன்ப வாழ்வு. மறுமையாகிய சொர்க்கமும் நரகமும் முறையே புண்ணியத்தாலும் பாவத்தினாலும் கிடைப்பன. சொர்க்கமாக இருந்தால் நமக்கு அச்சம் இல்லை. ஆனால் நரகமாயின் அச்சம் உண்டாகும். இந்த உடம்பை விட்டுச் சென்றால் எந்த நரகத்திற்குப் போவோமோ என்ற கவலை அலங்காரம் படிப்பவர் களுக்கு இல்லையாம். நரகத்தைக் குழி என்று சொல்வார்கள் அது

தனக்குள் வீழ்ந்த ஆருயிர்களை அமிழ்த்தித் துன்புறுத் வதனால் அப்படிச் சொன்னார்கள். அது ஒரே இருளாக இருக்கும் நரகத்திற்கு இருள் என்றும் ஒரு பெயர் உண்டு. சொர்க்கமோ ஒளி மயமாக இருக்கும். சொர்க்க போகத்தை நுகர்பவர்கள் தேவர்கள். சொர்க்க லோகத்துக் குடிமக்களாகிய அவர்கள் ஒளிபடைத்த திருமேனியை உடையவர்கள். தேவர் என்ற சொல்லுக்கே ஒளி படைத்தவர் என்பது பொருள். சொர்க்கம் என்பது விளக்கத்தோடு இருக்கும். அங்கே இருளே இல்லை. அங்கு இருக்கும் தேவர்கள் இமைப்பது இல்லை; தூங்குவதும் இல்லை. ஆனால் நரகமோ அதற்கு நேர்மாறாக இருப்பது. அங்கே வெளிச்சமே இல்லை. இருள் மண்டிக் கிடக்கும். பள்ளங்கள் நிறைந்தது. எப்போதும் அழுகையும் துயரமும் இருட்டும் நிறைந்த இடம் அது. தண் டனையை அநுபவிக்கின்ற பெரிய நாடு அது. அது என்றைக்கும் துலங்காது. அத்தகைய குழிக்குப் பக்கத்திலேகூடப் போக மாட்டார்கள் அன்பர்கள்.

"நரகத்தில் இடர்ப்படோம்"

என்று அப்பர் சுவாமிகள் சொல்வார்

இந்த உலகத்தில் பல வகையான குற்றங்களைச் செய்து பாவத்தை ஈட்டியவர்களுக்குத்தான் நரகக்குழிக்குப் போகும் நிலை உண்டாகும். முருகப்பெருமானுடைய திருவருளால் தம் முடைய மனத்தை அமைதி பெறச் செய்து எண்ணங்களில் நன்மையும்,உரையில் நேர்மையும், செயல்களில் தீங்கு இல்லாத் தன்மையும் பெற்றவர்களுக்கு இம்மை கடந்த மறுமையில் துன்பமே இல்லை. கந்தர் அலங்காரத்தைப் படிப்பவர்கள், அந்த வகையில் பயிற்சி பெறுவதால் அவர்களுக்கு இம்மை மாறி மறுமை வரும் போது நரகக் குழிக்குச் சென்று துன்புறுதல் இல்லை.

துலங்கா நரகக்குழி அணுகார்

இம்மையில் உள்ள பெரிய அச்சத்தையும், இம்மையின் இறுதியில் உள்ள மரண அச்சத்தையும் போக்கும் கந்தர் அலங்காரம் என்றார்.

நோயால் வரும் துன்பம்

இனி, இந்த வாழ்வில் எத்தனையோ துன்பங்கள் நமக்கு கின்றன. அவற்றை ஆதியாத்மிகம், ஆதி தெய்விகம், ஆதி பௌதிகம் என்று சொல்வார்கள். தாபத்திரயம் என்று சொல்லுவதும் அவையே. பிற உயிர்களால் வரும் துன்பம் ஆதியாத்மிகம். உயிர் இல்லாத பொருள்களால் வருவது ஆதி பௌதிகம். இயற்கையாக வருவது ஆதி தெய்விகம். இந்தத் தாபத்திரயங்கள் இந்த உலக வாழ்வில் நம்மை அணுகா. முருகப்பெருமானுடைய திருவருள் கிடைக்குமானால் தாபத்திரயம் இல்லாத இகலோக வாழ்வு நமக்கு உண்டாகும். அந்த அருளைப் பெறுவதற்குரிய சாவியாக இருப்பது கந்தர் அலங்காரம். இந்த உடம்போடு இருக்கும்போது முக்கியமாக நமக்கு வேண்டியவைகள் செல்வம், நோய் அற்ற வாழ்வு.

"மதிவேண்டும், நின்கருணை நிதிவேண்டும், நோயற்ற வாழ்வில் நான் வாழவேண்டும்"

என்று இராமலிங்க வள்ளலார் கந்தகோட்டத்து முருகனை வேண்டுவார். அருணகிரி நாதப்பெருமான் திருப்புகழில்,

"தருணமிதையாமிகுத்த கனமதுறு நீள்சவுக்கிய சகல செல்வ யோகமிக்க பெருவாழ்வு"

வேண்டும் என்று சொல்கிறார். மனிதன் பெறுகின்ற பேறுகளில் நோய் அற்ற வாழ்வே தலை சிறந்தது. ஆகையினால் நோயினால் வருகின்ற அச்சம் கந்தர் அலங்காரத்தைப் பாராயணம் செய்கின்ற வர்களுக்கு வராது என்று அடுத்தபடி சொல்கிறார்.

துட்ட நோய் அணுகார்.

நோயில் எளிதில் தீருகின்ற நோய் உண்டு; தீராத வியாதியும் உண்டு. அசாத்திய ரோகம் என்று சொல்வன அவை. அவற்றையே 'துட்ட நோய்' என்று சொன்னார்.

விலங்கின் அச்சம்

பிற மனிதர்களால் வரும் துன்பம் இராது என்று சொல்வதற்கு, வேந்தரால் வரும் துன்பம் இராது என்று சொல்லி விட்டார். ஆகவே தனியாக வேறு மனிதர்களைச் சொல்ல வேண்டிய அவசியம் இல்லை. வேந்தர் என்றாலும் உபலட்சணத்தால் எல்லா வகையான மனிதர்களையும் கொள்ளலாம். விலங்கினங் களால் வரும் துன்பம் இல்லை என்பதை அடுத்தபடி சொல்ல வருகிறார். காட்டில் வாழ்கின்ற விலங்கினங்களால் தான் மனிதர்களுக்குத் துன்பம் உண்டாகும். புலி, கரடி, யானை என்பவை மனிதனைத் துன்புறுத்தும் விலங்கினங்கள். கந்தர் அலங்காரத்தைத் தெரிந்து கொண்டவர்களுக்கு அந்த விலங்கினங்களாலும் துன்பம் இல்லையாம்.

கலங்கார் புலிக்கும் கரடிக்கும் யானைக்கும்

தமிழ் நாட்டில் சிங்கம் அதிகமாக இல்லையாதலால் அதைச் சொல்லாமல் புலி, கரடி, யானை என்று சொன்னார்.

கற்று அறிந்தவர்

இந்தப் பயனைப் பெறுகின்றவர்கள் யார்? கந்தர் அலங்காரத்தைப் படித்து, அதில் உள்ள செய்யுட்களை நன்றாக உணர்ந்து, அருணகிரியார் காட்டும் சாதனங்களைப் பயின்று, மனத்தை அடக்கி, பின்பு இறைவனுடைய திருவருளைப் பெற்ற வருக்கே இந்தப் பயன் வரும் என்று சொல்லவில்லை. அலங்கார நூற் கவிகளில் ஒன்றையாவது நன்கு கற்று அறிந்தவருக்குக்கூட இந்தப் பயன் உண்டாகும் என்று சொல்கிறார்.

கந்தன் நன்னூல், அலங்காரம் நூற்றுள் ஒரு கவிதான் கற்று அறிந்தவரே.

கந்தனுடைய அலங்காரம், நல்ல நூலாகிய அலங்காரம். கந்தனைச் சொல்லாலே அழகு படுத்தும் நூலுக்குக் கந்தர் அலங்காரம் என்ற பெயர் வந்தது. இது நல்ல பயனைத் தரும். ஆதலால் நல்ல நூல் ஆயிற்று. இங்கே நூல் என்பது பனுவல் என்ற பொருளில் வந்தது. பழங்காலத்தில் நூல் என்பது இலக்கணம் ஒன்றுக்குத் தான் பெயராக இருந்தது. பிற்காலத்தில் எல்லா வகையான பனுவல்களுக்கும் வந்தது. அருணகிரியார் காலத்திலேயே நூல் என்ற பெயர் இலக்கண இலக்கியங்கள் எல்லாவற்றையுமே குறித்தத னால், இந்தப் பிரபந்தத்தை நூல் என்று சொன்னார்.

நன்னூல் என்று தம்முடைய நூலைத் தாமே சொல்லலாமா என்ற கேள்வி எழும். முருகப்பெருமானுடைய புகழைச் சொல் வதனால் இது நல்ல நூல் என்பதில் ஐயம் இல்லை. கங்கையில் உள்ள தண்ணீரை ஒரு மன்னன் தங்கக் கிண்ணத்தில் எடுத்து வருகிறான். வேறு ஒரு செல்வன் வெள்ளிக் கிண்ணத்தில் எடுத்து வருகிறான். பின்னும் ஒரு வியாபாரி வெண்கலக் கிண்ணத்தில் எடுக்கிறான். ஓர் ஏழை மண் சட்டியில் எடுத்து வருகிறான். எடுக்கின்ற பாத்திரங்கள் வெவ்வேறாக இருந்தாலும் தூயனவாக இருந்தால் எடுத்துவரும் கங்கை எல்லாவற்றிலும் ஒன்றுதான். அதுபோல் பாடுபவர்களுடைய நிலை எப்படி இருந்தாலும் தூய்மையான மனத்தோடு பாடினால் கந்தப்பிரானுடைய புகழ் எப்போதும் நன்மையையே தரும். ஆகையால்,

கந்தன் நன்னூல் அலங்காரம்

என்று சொன்னார். தாம் பாடியதனால் நல்ல நூல் என்ற எண்ணத் தில் சொல்லவில்லை; கந்தனுக்கு அலங்காரமாக இருப்பதால் இது நல்ல நூல் ஆயிற்று என்று சொன்னார். இதனை நூறு என்ற வரையறையுடன் பாடினார். ஆகையால்,

நூற்றுள் ஒரு கவிதான் கற்று அறிந்தவரே

என்று பாராயணம் செய்பவருடைய முறையைச் சொல்கிறார். கற்றல் வேறு, ஓதுதல் வேறு, படித்தல் வேறு. ஒரு முறை படிப்பது படித்தல். பலமுறை படித்தல், ஓதுதல். பொருள் தெரிந்து படித்தல், கற்றல். பொருளில் உள்ள கருத்தை நன்கு உணர்ந்து, அதனைப் பிறருக்கும் சொல்கின்ற ஆற்றல் பெற்று, அதன்படி ஒழுகுகின்றவர்கள் அறிந்தவர்கள். இங்கே அறிந்தவர் என்பது ஓதி உணர்ந்தவர் என்றே பொருள் செய்வதற்குரியது. சர்க்கரையைப் பற்றித் தெரிந்து கொள்வது வேறு; அதன் சுவையை உணர்ந்து கொள்வது வேறு. அந்த வகையில் ஒரு கவியையாவது பலகாலம் படித்து அதன் பொருளை எல்லாம் நன்கு தெரிந்து, உள்ளத்தில் பதித்துத் தெளிந்து, பிறரையும் தெளிவிக்கும் ஆற்றல் பெற்று, அதனால் பெறக்கூடிய ஒழுக்கத்தில் நின்று பயன் பெறுவதையே கற்று அறிதல் என்று இங்கே சுருக்கமாகச் சொல்கிறார்.

ஒரு கவி

ஒரு பாட்டைக் கற்ற மாத்திரத்தில் இத்தகைய நற்பயன்கள் எல்லாம் எப்படிக் கிடைக்கும்? மனிதர்களுடைய வாழ்க்கையில் ஏதாவது ஒரு நல்ல குணத்தை மேற்கொண்டாலேயே மற்ற நல்ல குணங்கள் எல்லாம் அதனோடு சாரும் என்று பெரியவர்கள் சொல்வார்கள். மெய்யையே பேசிய அரிச்சந்திரனுக்குப் பிற குணங்கள் எல்லாம் தாமே வந்து அமைந்தன. அகிம்சையை மேற்கொண்ட காந்தியடிகளுக்கு மற்றக் குணங்கள் எல்லாம் நிரம்பி இருந்தன.

"கொல்லாமை எத்தனை குணக்கேட்டை நீக்கும்"

என்று தாயுமானவர் சொல்கிறார். அருணகிரிநாதப் பெருமான் உலகத்தார் உய்யும்பொருட்டுப் பாடிய கந்தர் அலங்காரத்தில் ஒவ்வொரு பாட்டும் சிறந்த கருத்தைக் கொண்டது. மனிதர் களுடைய குற்றங்களை எடுத்துச் சொல்லி, இன்ன வகையில் அவற்றினின்றும் நீங்கி வாழ வேண்டுமென்பதைப் பல பாடல் கள் சொல்கின்றன. முருகப்பெருமானுடைய

பெருமையைக் காட்டி அவனுடைய கருணைக்கு ஆளாகவேண்டுமென்ற எண்ணம் உண்டாகும்படி சில பாடல்கள் சொல்கின்றன. எந்தப் பாட்டைப் படித்தாலும் அந்தப் பாட்டில் நடுமணியாக ஒரு கருத்து இருப் பதைக் காணலாம். அந்தக் கருத்தையே நம்முடைய வாழ்நாளில் குறிக்கோளாகக் கொண்டு ஒழுகி வந்தோமானால் அது காரண மாக மற்றப் பண்புகளும் தாமே வந்து அமையும். ஆகையால் ஒன்று கற்றாலும் நன்கு கற்க வேண்டுமென்ற கருத்தோடு எப்படிச் சொல்கிறார்.

ஒரு கவி கற்றாலே போதும், மற்றவை வேண்டாம் என்பது இதன் பொருள் அல்ல. மிகப் பசித்தவன் தனக்குச் சோறு வேண்டுமென்று கேட்கிறான். "ஐயோ, ஒரு கவளம் தாருங்கள்'' என்று சொல்கிறான். அளவு குறிப்பிட்டு அவன் சொன்னாலும் ஒரு கவளம் மட்டும் போதும் என்பது அவன் கருத்து அன்று. வயிறு நிறையச் சோறு போடுகிறேன் என்றால் அவன் மறுப் பானா? அப்படி ஒரு பாட்டுக்கே இத்தனை பயன் இருக்கும் போது நூறு பாடல்களையும் படிக்கிறவர்கள் பெரும் பயன் அடைவார்கள் என்பது சொல்லாமலே விளங்கும்.

முடிந்த பயன்

அந்தப் பெரும் பயன் என்ன? இந்தப் பாடலில் இம்மை வாழ்வில் குறைகள் நீங்கும் என்றும், எம பயம் நீங்கும் என்றும், மறுமை வாழ்வில் நரகம் அணுகாது என்றும் சொன்னார். ஆனால் அதற்கு மேற்பட்ட பெரும் பயனும் ஒன்று உண்டு. அதுதான் வீடு அடைதல். இந்தப் பாட்டில் அந்தப் பயனைச் சொல்லவில்லை.

இந்தப் பாட்டின் அமைப்புத் தனி முறையில் அமைந் திருக்கிறது. பயன் என்பது இது கிடைக்கும் என்று சொல்வது. ஆனால் இவை வாரா என்று அருணகிரியார் சொல்கிறார். குற்றம் நீங்கும், குணம் சாரும் என்று இரண்டையும் சேர்த்துச் சொல் வதும் உண்டு. இந்தப் பாட்டு முழுவதிலுமே இது

வராது, அது வராது என்று சொல்கிறார். வேந்தர் அச்சம் போகும், எமனுடைய அச்சம் போகும், நரகக் குழி அச்சம் போகும், துட்ட நோய் அச்சம் போகும், விலங்குகளின் அச்சம் போகும் என்று ஐந்து அச்சத்தைச் சொல்கிறார். இவை போகும் என்பதைச் சொன்னவர் இன்னது வரும் என்று சொல்லவில்லை.

இருள் நிரம்பிய ஓரிடத்தில் இருக்கிறவனுக்கு இருள் போய் விடும் என்று சொன்னாலே போதுமானது. ஒளி வரும் என்பது அதற்குள் அடங்கிக் கிடக்கிறது. பசித்தவன் ஒருவனைப் பார்த்து உன் பசியைப் போக்குகிறேன் என்றால், சோறு தருகிறேன் என்பதுதான் பொருள். அப்படி அச்சம் நீங்கும் என்றால், அதி லிருந்து அச்சம் இல்லாத அநுபூதி கிடைக்கும் என்ற குறிப்புப் பொருளை நாம் தெரிந்துகொள்ள வேண்டும். உலக வாழ்வில் துன்புறுகிற மக்களுக்கு முதலில் துன்ப நீக்கம் வேண்டும். பின்பு இன்ப ஆக்கம் வேண்டும். துன்புறுகிறவர்களே மிகுதியாக இருக்கிற உலகத்தில், 'உனக்குத் துன்பம் போய்விடும்'' என்று சொல்ல வேண்டியதுதானே அவசியம்? இரக்கம் உடையவர்கள் முதலில் அதைத்தான் சொல்வார்கள்.

அபய வரதம்

ஆண்டவன் திருக்கரங்களில் இரண்டில் ஒன்று அபயத் தையும் மற்றொன்று வரதத்தையும் காட்டுகின்றன. வலக்கை அபயத்தையும், இடக்கை வரதத்தையும் காட்டுகின்றன. அபயம் என்பது அஞ்சேல் என்ற குறிப்புடையது; வரதம் என்பது என் திருவடியை அடைந்தால் அருள் பெறலாம் என்று காட்டுவது. அருள்தான் முக்கியம். ஆனால் மக்களுக்கு முதலில் அச்சம் போக வேண்டும். பின்புதான் அருளினால் பயன் உண்டாகும். வயிற்று வலிக்காரனுக்குச் சோற்றைக் கொடுத்தால் பயன் இல்லை. முதலில் வயிற்று வலியைத் தீர்த்துப் பின்பே உணவை அளிக்க வேண்டும். அச்சம் உடையவனுக்கு அரிய பொருள் கிடைத்தால் அதன் பெருமை தெரியாமல் உதறித் தள்ளி விடுவான். அது குறித்தே முதலில்

நாம் காண வலக்கையினால் அஞ்சேல் என்பதைக் காட்டுகிறான் இறைவன். வலக்கைதானே சிறந்த கை? அந்தக் கையை முதலில் பார்க்க வேண்டும். அதைப் பார்த்து அவனை அணுகினால் நம்முடைய அச்சத்தை அவன் முதலில் போக்கிவிட்டுப் பின்பு நாம் இன்பம் அடைகிற இடம் இங்கே இருக்கிறது என்பதைக் காட்டுவான். ஆண்டவனுடைய இடக்கை அவன் திருவடியைச் சுட்டிக்காட்டி, அதை அடைந் தவருக்கு அருள் செய்யும். அருள் செய்வது இடத் திருக்கரம். இடத் திருக்கரத்துக்கு முன்பே துன்பத்தினை நீக்கி முதலில் பயன் தருவது அபயம் காட்டும் திருக்கரம்.

இந்தப் பாட்டு நமக்கு அபயம் அளிக்கிறது. அஞ்சாமையைத் தருகிற கந்தப் பெருமானுக்குரிய அலங்காரமாகிய இந்த நூலைப் படிக்கிறவர்கள் அபயத்தைப் பெறுவார்கள். அதற்கு அடுத்தபடி அவர்களுக்கு வரதமும் கிடைக்கும் என்பதைக் குறிப்பால் பெறலாம்.

உண்மை நிகழ்ச்சி

எங்கே என்னுடைய சொந்த அநுபவம் ஒன்றைச் சொல்ல விரும்புகிறேன். இந்தப் பாட்டின் கடைசியில் உள்ள,

கலங்கார் புலிக்கும் கரடிக்கும் யானைக்கும்

என்பதற்கு விளக்கமாக அந்த நிகழ்ச்சி அமையும் என்று நினைக்கிறேன்.

சில ஆண்டுகளுக்கு முன்னால் நான் இலங்கைக்குச் சென்றிருந்தேன். பலமுறை அந்த நாட்டுக்குப் போயிருக்கிறேன். இந்த முறை வேலணை என்ற இடத்தில் திருமுறை மகாநாடு நடந்தது; அதில் கலந்துகொள்ளப் போயிருந்தேன். பெரிய கூட்டம். வேலணை என்பது இலங்கையின் வடபகுதியாகிய யாழ்ப்பாணத்தில் இருப்பது. யாழ்பாணத்திலும், கீழ்மாகாண மாகிய மட்டக்களப்பிலும் தமிழர்கள் வாழ்கிறார்கள். இலங்கைத் தமிழர்களுக்குத் தமிழ் இலக்கியங்களிலும், திருமுறைகளிலும், இலக்கியச்

சொற்பொழிவுகளைக் கேட்பதிலும் மிகுந்த ஆர்வம் உண்டு. திருமுறை மகாநாடு நடந்தபோது இலங்கை முழுவதிலுமிருந்து பல அன்பர்கள் வந்து கலந்து கொண்டார்கள். மட்டக் களப்பில் உள்ள தமிழர்களும் வந்து விழாவில் நிகழ்ந்த சொற் பொழிவுகளைக் கேட்டு இன்புற்றார்கள்.

இலங்கைக்குச் செல்கிறவர்கள் பெரும்பாலும் யாழ்ப் பாணத்தில் பல சொற்பொழிவுகளை நிகழ்த்திவிட்டு இலங்கையின் தலைநகராகிய கொழும்புக்குச் சென்று வந்துவிடுவது வழக்கம். கிழக்குப் பகுதியில் உள்ள மட்டக் களப்புக்குப் போய் அங்குள்ள தமிழர்களைக் கண்டு சொற்பொழிவு ஆற்றி வருவது அரிது. ஆகையால் அங்குள்ள தமிழர்களுக்குக் கொஞ்சம் ஏக்கம் இருக் கும். மட்டக்களப்பாகிய கிழக்கு மாகாணத்தில்தான் திருக்கோண மலை என்ற பாடல் பெற்ற சிவத்தலம் இருக்கிறது.

திருமுறை விழா நடந்து கொண்டிருந்தபோது மட்டக் களப்பிலிருந்து வந்த தமிழர்கள் என்னை அணுகி, "விழா முடிந்தவுடன் நீங்கள் எங்கள் ஊருக்கு வரவேண்டும்; வந்து சொற்பொழிவு ஆற்ற வேண்டும். அங்கே பாடும் மீன்கள் உள்ள வாவி இருக்கிறது" என்றார்கள். நான் வருவதாக ஒப்புக் கொண்டேன். மட்டக்களப்பை முன்னாலே நான் பார்த்தது இல்லை. ஆதலால் அந்த இடத்தைப் பார்க்கும் பயனும் நமக்குக் கிடைக்கும் என்ற எண்ணத்தில் ஒப்புக்கொண்டேன்.

வேலணையில் திருமுறை விழா முடிந்த பிறகு ஒருநாள் புறப்படுவது என்று திட்டமாயிற்று. அன்று அமாவாசை. எனக்கு மிகவும் வேண்டியவரும் என்னுடைய இளைய சகோதரர்போல் இருப்பவரும் ஆகிய இராசேந்திர குருக்கள் என்பவர் யாழ்ப் பாண நகரத்திற்கு அருகில் நீர்வேலி என்ற ஊரில் வாழ்கிறார். எனக்குச் சொந்தமான வீடு ஒன்று அங்கே இருப்பது போலவே நான் கருதுகிறேன். அவரும் அவரது குடும்பத்தினரும் என்னை யும் தம் குடும்பத்தில் ஒருவனாக எண்ணி உபசரிக்கும் பேரன்பு உடையவர்கள். அமாவாசை

அன்று அவர் வீடு சென்று நீராடித் தர்ப்பணம் செய்து உணவு கொண்டு அங்கிருந்து மட்டக் களப்புக்குக் காரில் புறப்படலாம் என்று நாங்கள் முடிவு செய்தோம். எங்களுடைய காரியாலயத்திலிருந்து இலங்கைக்கு ஓர் அன்பர் வந்திருந்தார். அவரையும் துணையாக அழைத்துக் கொண்டு போவதாக உத்தேசம் இருந்தது. குறிப்பிட்ட நாளில் உணவு கொள்வதற்கு ஒரு மணி ஆயிற்று. அப்பால் மட்டக்களப்பு அன்பர்களும், நானும், என்னுடைய காரியாலய அன்பரும் ஒரு காரில் புறப்பட்டோம். எங்களுடன் திருவாளர் பொ. கிருஷ்ண பிள்ளை என்ற தமிழ்ப்புலவரும் வந்தார். அவர் யாழ்ப்பாணத்தைச் சேர்ந்தவர்.

பல ஊர்களைக் கடந்து பொலன்னருவா என்ற ஊருக்கு வந்து சேர்ந்தோம். பழங்காலத்தில் அரசர்கள் ஆண்ட இடம் அது. பல அருமையான சின்னங்களை இன்றும் அந்த நகரில் பாது காத்து வருகிறார்கள். அங்கே நாங்கள் வரும்போது மாலை நேரம் ஆகிவிட்டது. கதிரவன் மேல் திசையில் மறைந்தான். அப்போது கார் ஓட்டியவர் ஒன்று சொன்னார்; "இங்கே தங்கி உணவு கொண்டு இரவு இங்கேயே உறங்கிவிடலாம். மிக விடியற் காலையில் எழுந்திருந்து இங்கேயிருந்து புறப்பட்டுப் போகலாம். இன்னும் நூறு மைல்களாவது போகவேண்டியிருக்கும்'' என்று சொன்னார். என்னுடன் வந்தவர்கள் அதற்கு இசையவில்லை. "மட்டக் களப்பில் உள்ள நண்பர்கள், இவர்கள் வருவார்களோ, வரமாட்டார்களோ என்ற ஐயப்பாட்டில் இருக்கிறார்கள். அவர்களது ஆவல் கட்டுக்கடங்காமல் இருக்கும். இங்கே தங்காமல் எப்படியாவது அங்கே போய்விட்டால் ஒரேயடியாக ளைப்பாறிக் கொள்ளலாம்" என்று வற்புறுத்தினார்கள். அது வும் சரி என்று நாங்கள் அங்கிருந்து புறப்பட்டோம்.

நாங்கள் உரையாடிக் கொண்டே போனோம். எங்களுடன் வந்த பண்டித கிருஷ்ணபிள்ளை நன்றாகப் படித்தவர். சிறந்த ரசிகர். அவர் பலவற்றைச் சொல்ல, நானும் தமிழ் சம்பந்தமான பல கருத்துக்களை சொல்லிக் கொண்டு

வந்தேன். பின்பு திருப்புகழ் சில பாடினேன். கந்தர் அலங்கார நுட்பங்களைச் சொல்லத் தொடங்கினேன். சில பாடல்களில் உள்ள நயங்களைச் சொன்னவன், பேச்சில் பொழுதைக் கழிப்பதை விட்டுவிட்டுக் கந்தர் அலங்காரப் பாடல்களையே சொல்லலானேன். அந்தப் பாடல்களை வாய்விட்டுப் பாடத் தொடங்கியவுடனே எனக்கு உணர்ச்சி விஞ்சியது. மற்றவர்கள் கேட்கிறார்களோ, இல்லையோ என்பதைக் கவனியாமல் நான் உணர்ச்சி வசப்பட்டுப் பாடிக் கொண்டே இருந்தேன். நல்ல வேளை! மற்றவர்கள் அமைதியாகக் கேட்டு வந்தார்கள்.

நாங்கள் பெரிய காட்டுக்கு நடுவில் போய்க் கொண்டிருந்தோம். இலங்கையில் உள்ள காடுகள் மைல் கணக்கில் நீண்டு இருக்கும். இரண்டு பக்கமும் மரங்கள் ஓங்கி உயர்ந்து சுவர் எடுத்தது போல வளர்ந்திருக்கும். அவற்றிற்கிடையில் சாலை செல்லும். வளைவே இல்லாமல் ஒரே நேர்கோட்டைப் போல அந்தச் சாலை இருக்கும். காடுகளில் யானைகள் சஞ்சாரம் செய்வது உண்டு. அமாவாசை இருளில் அத்தகைய சாலை வழியே நாங்கள் போய்க் கொண்டிருந்தோம்.

கார் போய்க் கொண்டிருந்தது. வரவர அதன் வேகம் மிகுதி யாயிற்று. கார் ஓட்டி ஏதோ முணுமுணுத்துப் பேசினார். நான் அதைக் கவனிக்கவில்லை. நான் அலங்காரப் பாட்டில் கருத்தாக இருந்தேன். அருணகிரிநாத சுவாமிகளுடைய திருவடியில் நின்று கந்தர் அலங்காரத்தில் உள்ளத்தைப் பறிகொடுத்துப் பாடிக் கொண்டிருந்தேன். கார் தலை தெறிக்கும் வேகத்தில் போய்க் கொண்டிருந்தது. என்னுடைய நண்பர்கள் ஏதோ பேசிக் கொண்ட தாக நினைப்பு இருக்கிறது. ஆனால் இன்ன பேசினார்கள் என்று தெரியவில்லை. நான் பாடப் பாட அவர்கள் கேட்டுக் கொண் டிருந்தார்கள்.

நெடுந்தூரம் போன பிறகு ஓர் ஊர் வந்தது. எதிரே வேறு ஒருவர் கார் ஓட்டிக்கொண்டு வந்தார். அவரிடத்தில் எங்களுடைய கார் ஓட்டி ஏதோ சொன்னார். வந்தவர் காரை மேலே ஓட்டாமல் நிறுத்திவிட்டார்.

கடைசியில் கார் மட்டக்களப்பை அடைந்தது. அங்கே உள்ள நண்பர்கள் நாங்கள் தங்குவதற்கு ஓர் அழகான இடத்தை ஒழுங்கு பண்ணியிருந்தார்கள். அங்கே சென்று கை காலைச் சுத்தி செய்து கொண்டு திருநீற்றை எடுத்து இட்டுக் கொண்டேன். கந்தர் அலங்காரம் சொல்லி வந்தமையினால் எனக்கு ஒருவகையான கிளர்ச்சி உண்டாகி இருந்தது. முருகா என்று சொல்லி நெற்றி நிறைய நீற்றை இட்டுக் கொண்டேன். அப்போது கார் ஓட்டி பணிவுடன் வந்து என் காலில் நெடுஞ்சாண் கிடையாக வீழ்ந்து வணங்கினார்; எழுந்து, "திருநீறு கொடுங்கள்" என்று கையை நீட்டினார்.

"நான் துறவி அல்லவே! மடாதிபதியும் அல்லவே! ஆதி சைவராக இருந்தாலும் திருநீறு கொடுக்கலாம். நான் உங்களைப் போன்ற சாமான்ய ஆசாமி. விபூதியை நீங்களே எடுத்துக் கொள்ளுங்கள்" என்று விபூதிப் பையை அவரிடம் நீட்டினேன்.

அவர், "இல்லை, இல்லை; உங்கள் கையினால் கொடுங்கள். அப்போதுதான் எனக்குத் திருப்தியாக இருக்கும்" என்று சொன் னார்.

"ஏன் அப்படிச் சொல்கிறீர்கள்?" என்று கேட்டேன்.

"உங்கள் கையினால் வாங்க வேண்டுமென்று எனக்குத் தோன்றுகிறது. காரணம் இருக்கிறது, சொல்கிறேன். முதலில் கொடுங்கள்" என்றார்.

அவர் விருப்பப்படியே அவருக்குத் திருநீறு கொடுத்து, பையைச் சுருட்டி வைத்துக் கொண்டேன்; "என்ன சொல்ல வருகிறீர்கள்?" என்று கேட்டேன்.

"அது பெரிய விஷயம்; கேளுங்கள்" என்று அவர் ஆரம்பித்தார். "நாம் காட்டின் வழியே வரும்போது கார் மிகமிக வேகமாக வந்தது என்பதை நீங்கள் அறிவீர்களா?" என்று அவர் கேட்டார்.

"கார் எங்கும் நிற்காமல் நல்ல வேகத்துடன் வந்ததாகத்தான் எனக்குத் தோன்றியது" என்றேன்.

"நீங்கள் சரியாகக் கவனிக்கவில்லை என்பது எனக்குத் தெரியும். நான் இவ்வளவு வேகத்தில் எப்போதும் காரை விட்டது இல்லை. அவசியமும் நேர்ந்தது இல்லை. இன்றோ உயிருக்குப் பயந்து இத்தனை வேகத்தில் விட்டேன்" என்று அவர் சொன்னார்.

அப்படிச் சொன்னவுடன் தான் ஏதோ அபாய நிகழ்ச்சி நிகழ்ந்திருக்க வேண்டுமென்ற எண்ணம் எனக்குத் தோன்றியது. "நீங்கள் என்ன சொல்கிறீர்கள்?" என்று கேட்டேன்.

"இரண்டு இடங்களில் வந்த ஆபத்தினின்றும் நீங்கி நாம் உயிர் பிழைத்தோம். அதற்குக் காரணம் நீங்களே" என்று அவர் சொன்னார்.

அப்போதும் எனக்கு ஒன்றும் விளங்கவில்லை. "சொல்லுங் கள்" என்றேன்.

"நான் பொலன்னருவாவிலேயே சொன்னேன்; அங்கே தங்கி விட்டு விடியற்காலையில் போகலாம் என்றேன். இவர்கள் கேட்க வில்லை. நாம் வந்த இடம் அடர்ந்த காடு. யானைகள் உள்ள இடம். அநேகமாக இரவில் யாரும் அங்கே காரை ஓட்டிக் கொண்டு போகமாட்டார்கள். யானைகள் கூட்டம் கூட்டமாகச் செல்வதும் உண்டு; தனியாகச் செல்வதும் உண்டு. அவசியம் நேர்ந்து காரை ஓட்டிக்கொண்டு செல்லும்போது, யானைகள் வருவது தெரிந்தால் காரின் விளக்கை அணைத்துவிட்டுக் காரை அங்கேயே நிறுத்திவிடுவார்கள். யானைக் கூட்டம் போன பிறகு தான் காரை ஓட்டிச் செல்வது வழக்கம். இவற்றை எல்லாம் அறிந்தே இப்போது போகவேண்டாம் என்று சொன்னேன்."

"நடந்ததைச் சொல்லுங்கள்" என்று நான் தூண்டினேன்.

"அதைத்தான் சொல்ல வருகிறேன். கார் வந்து கொண்டிருந்த போது பக்கத்தில் மளுக் என்று ஒரு யானை ஒரு மரத்தின் கிளையை ஒடித்தது எனக்குக் கேட்டது. யானைதான் கிளையை ஒடிக்கிறது என்பதை நான் அநுபவத்தால் உணர்ந்தேன். என்ன செய்வது என்று சற்றே தடுமாறினேன் வண்டியை நிறுத்திவிட்டு யானை போன பிறகு ஓட்டலாமா என்ற எண்ணம் வந்தது. நீங்கள் அப்போது முருகனைத் துதித்துப் பாடிக் கொண்டிருந் தீர்கள். அந்தப் பாட்டு என் காதில் விழுந்து கொண்டிருந்தது. எல்லாவற்றையும் மறந்து நீங்கள் பாடும்போது எனக்கும் கொஞ்சம் உணர்ச்சி உண்டாயிற்று. முருகன் காப்பாற்றுவான், காரைச் செலுத்தலாம் என்று எண்ணி வேகமாக விட்டேன். ஒருவாறு அந்த இடத்தைக் கடந்து அப்பால் வந்துவிட்டேன். ஆனால் பின்னால் வருகிற ஆபத்து அப்போது தெரியவில்லை."

"என்ன, மறுபடியும் ஆபத்தா?" என்று நான் கேட்டேன்.

ஆம். இது முன்னதைவிட மிகவும் கடுமையான ஆபத்து. ஆணும் பெண்ணுமாகிய இரண்டு யானைகள் சேர்ந்திருந்தால் அதைக் கலைக்கிறவனுக்கு உண்டாகும் ஆபத்தைச் சொல்ல முடியாது. அப்படி இரண்டு யானைகள் சாலைக்கு அருகில் மரத்துக்குப் பின்னாலே நின்று கொண்டிருந்ததை நான் வாசனையால் உணர்ந்தேன். இதுவும் எங்களுக்கு அநுபவம். இந்த முறை நிச்சயம் நம்முடைய காருக்கு ஆபத்து என்று எண்ணினேன். யானை தன்னுடைய காலால் பந்தைத் தள்ளுவதுபோலக் காரை உருட்டிவிடும். கார் வேகத்தைவிட உங்கள் பாட்டு வேகம் மிகுதியாக இருந்தது. ஆண்டவன் உங்கள் வாயிலாக அப்போதும் எனக்குத் தைரியத்தைக் கொடுத்தான். என் உள்ளம் நடுங்கினாலும் கை நடுங்கவில்லை. இறுகச் சக்கரத்தைப் பிடித்தேன். உங்கள் பாட்டுக் காது வழியாகப் புகுந்து தைரியத்தை ஊட்டியது. எப்படியாவது இதைத் தாண்டிவிட வேண்டுமென்ற எண்ணத்தில், ஓட்ட முடியாத வேகத்தில் காரை ஓட்டினேன். நல்ல வேளையாக அக்கண்டத்தையும் தாண்டிவிட்டோம்.

"ஏதோ ஓரிடத்தில் வேறு யாரிடமோ பேசினீர்களே!" என்று கேட்டேன்.

"எதிரே ஒருவர் காரில் வந்தார். போகிற வழியில் யானை இருக்கிறது என்று எச்சரிக்கை செய்தேன்."

"நீங்கள் ஏதோ அலியா என்றல்லவா சொன்னீர்கள்?" என்று கேட்டேன்.

"சிங்களத்தில் அலியா என்றால் யானை என்று பொருள். இப்படி நம்முடைய பயணத்தில் உங்களால், உங்களுடைய பக்திச் சிறப்பினால், எனக்குத் தைரியம் உண்டாயிற்று. நாம் பிழைத்தோம்" என்று சொல்லி முடித்தார் கார் ஓட்டி.

அவர் சொன்னதைக் கேட்டவுடன் என்னால் பேச முடிய வில்லை. என் கண்களில் நீர் முட்டியது. தொண்டை அடைத்துக் கொண்டது. என்னுடைய உள்ளம் அருணகிரி நாதப் பெருமானுடைய பரம உபகாரத்தை எண்ணி உருகியது. உடனே பேச வேண்டுமென்று எண்ணியும் என்னால் பேச முடியவில்லை. சிறிது நேரம் கழித்துப் பேசினேன்; "ஐயா, உங்களால் எனக்கும் அருணகிரிநாதப் பெருமானுடைய திருவாக்கின் சிறப்புப் புலனாயிற்று. கந்தர் அலங்காரத்தின் பயனைச் சொல்லும்போது, கலங்கார் புலிக்கும் கரடிக்கும் யானைக்கும் கந்தன் நன்னூல் அலங்காரம் நூற்றுள் ஒருகவி தான்கற் றறிந்தவரே என்று சொல்லியிருக்கிறார். அதை வெறும் சொல்லளவில் நான் படித்துக் கொண்டிருந்தேன். ஆனால் அது எத்தனை பொருளுடையது என்பதை உங்கள் வாயிலாக இன்று அறிந்தேன். முருக னுடைய திருவருள் இன்று எனக்கு இந்த உரையை உணர்த்தியது. என்றைக்கும் இதை நான் மறக்கமாட்டேன்" என்று சொன்னேன்.

வாழ்வில் அமையும் பயன்

இந்த அற்புதமான நிகழ்ச்சி அருணகிரிநாதப் பெருமான் பாடிய இந்தப் பாடலுக்கு ஒரு நல்ல விளக்கத்தைத் தந்தது என்று நான் சொல்வதைப் படிக்கிற அன்பர்கள்

ஒப்புக்கொள்வார்கள் என்றே நினைக்கிறேன். இது கட்டுக்கதை அல்ல. அநுபவத்தில் நான் கண்டது. என்னுடன் வந்த அன்பர்களும் இதை உணர்வார்கள்.

தெய்வத் தன்மை நிறைந்த பெரியவர்களுடைய திரு வாக்கில் சொல்லுக்குக் காணுகிற பொருளைவிட அநுபவத்தில் காணுகிற பொருள்தான் சிறந்தது. மற்றவர்களின் பாடல்கள் எல்லாம் சொல்லுக்குரிய பொருளோடு அமைந்துவிடும். இன்னும் சற்றுச் சிறப்பாக நின்றால் அதற்குமேலே சற்று உணர்ச்சியைத் தரும். பின்னும் சென்று வாழ்க்கையில் சீரிய பயனைக் கொடுக்க வேண்டு மென்றால் அந்தச் சொல் மிகச் சிறப்பாக இருக்க வேண்டும். அப்போது அதற்குச் சொல் என்ற பெயர் இல்லை. அதுதான் மந்திரம்.பாரதியார் கூட,

"மந்திரம்போல் வேண்டுமடா சொல்லின்பம்"

என்று சொல்லி இருக்கிறார் அல்லவா?

மந்திரம் என்ற சொல்லுக்குத் தன்னை நினைப்பாருடைய துன்பத்தைப் போக்குவது என்பது பொருள். இலக்கிய இன்பத் தோடு மாத்திரம் நில்லாமல், பக்தி உணர்ச்சியை வழங்குவதோடு அமையாமல், சிறந்த வள வாழ்க்கையையும் அருளாளர்களுடைய திருவாக்கு நமக்குக் கொடுக்கும் என்பதைத் திருமுறைகளைப் பாராயணம் செய்த பல பெருமக்கள் உணர்வார்கள். திருமுறை அருளிய அருளாளர்களைப் போலவே கந்தர் அலங்காரத்தை நமக்கு வழங்கிய அருணகிரிநாதப் பெருமானும் சிறந்த அவதார புருஷர். ஆகையால் அவருடைய திருவாக்கும் சொல் கடந்து, பொருள் கடந்து, உணர்ச்சி கடந்து, வாழ்க்கையில் நற்பயனைச் தருவதாக அமைந்திருக்கிறது. ஆகவே, அவர் பாடுகின்ற இந்த பயன், சொல்லளவில் நில்லாமல் நூற்றுக்கு நூறு உண்மைய நிகழ்ச்சியாக அநுபவத்தில் காண்பதற்குரியது.

சலம்காணும் வேந்தா தமக்கும்அஞ்
சார்;யமன் சண்டைக்கு அஞ்சார்;
துலங்கா நரகக் குழி அணு

கார்;துட்ட நோய்அணுகார்;
கலங்கார் புலிக்கும் கரடிக்கும்
யானைக்கும்; கந்தன்நன்னூல்
அலங்காரம் நூற்றுள் ஒருகவி
தான்கற் றறிந்தவரே.

[தமக்குள்ளே பகையை உண்டாக்கும் கொடுங்கோல் மன்னர்களுக்கும் அஞ்சமாட்டார்கள்; யமன் மரண காலத்தில் வந்து துன்புறுத்தும் சண்டைக்கும் அஞ்சமாட்டார்கள்; ஒளியற்ற நரகமென்ற துன்பக்குழியின் பக்கத்தில்கூடப் போகமாட்டார்கள்; தீர்வதற்கரிய கொடிய நோயை அடையமாட்டார்கள்; புலி, கரடி, யானை இவற்றுக்கும் கலங்க மாட்டார்கள்; கந்தனைப்பற்றிய நல்ல நூலாகிய இந்த அலங்காரத்தில் உள்ள நூறு கவிகளுக்குள் ஒரு கவியையேனும் கற்று அதன் வழி நிற்க அறிந்தவர்கள்.

சலம் - பகை. தமக்கும் என்றது உயர்வு சிறப்பும்மை, வேந்தருக்கே அஞ்சார் என்றால் மற்றவர்களுக்கு அஞ்சாமை சொல்லவேண்டியதில்லை. துலங்கா - ஒளியற்ற; துலக்கம் - ஒளி. நரகக்குழி: "எரிவாய் நரகக் குழியும்" என்று முன்பும் ஒரு பாட்டில் கூறினார். தான்: அசை.

அறிந்தவர் அஞ்சார், அஞ்சார், அணுகார், கலங்கார் என்று முடியும்.]

பிறருக்கு அச்சத்தை உண்டாக்கும் எதுவும் முருகனுடைய அடியார்களுக்கு அச்சம் விளைவிக்க முடியாது என்பது இதன் கருத்து.

இந்தப் பாடலோடு கந்தர் அலங்காரம் நிறைவேறுகிறது; பயனுள்ள நூலாக நிறைவேறுகிறது. நன்றாகத் தழைத்து வளர்ந்த பழமரத்தின் உச்சியில் கனி கனிந்து இலங்குவதைப் போல இந்த அருள் நூலில் முடிவில் நம்முடைய அச்சத்தைப் போக்குவதாகிய பயனைத் தரும் இப்பாடல் அமைந்திருக்கிறது.

இப்படிச் சொல்வதற்கு அருணகிரியாருடைய உள்ளத்தில் எத்தனை உறுதிப்பாடு இருக்க வேண்டும்! முருகன் நிச்சயமாக அருள் செய்வான் என்ற துணிவில் எழுந்த பாடல் இது. நமக்கும் அந்தத் துணிவு வர வேண்டும். 'துணிந்தவர் ஈசன் துறக்கமது ஆள்வார்" என்பது திருமந்திரம்.

முற்றும்.

★★★

9 788199 825840